சிதைந்த பிம்பம்

(ஒரு டெலிவிஷன் ஸ்டுடியோ. மேடையின் ஒரு பகுதியில் ஒரு டெலிவிஷன் திரை. 'பிளாஸ்மா' திரையாக இருந்தால் நல்லது. இத்திரையின்மீது நடிகரின் முகம் தோன்றும்போது, எல்லாப் பார்வையாளர்களுக்கும் தெளிவாக இருக்கும்வகையில் அது இருக்கவேண்டும்.

இன்னொரு பகுதியில் அரை நிலவின் வடிவத்தில் உறுதியானதும் அகலமானதுமான டெலிவிஷன் மேசை. அதன் ஒவ்வொரு கால்மீதும் வேறுவேறு வடிவங்கள் உடைய டெலிவிஷன்கள்.

மஞ்சுளா நாயக் உள்ளே வருகிறாள். நாற்பது-நாற்பத்தைந்து மதிக்கத்தக்க வயது.

கழுத்தையொட்டி ஜாக்கெட்டுடன் ஒரு லேபிள் மைக் செருகப்பட்டிருக்கிறது. கேட்கும் வசதிக்காக காதில் ear plug வைத்திருக்கிறாள்.

அவள் தோற்றத்தில் தன்னம்பிக்கை மிளிர்கிறது. டெலிவிஷன் ஸ்டுடியோக்கள் எல்லாம் அவளுக்கு அறிமுகமானவை என்பதை அவள் நடவடிக்கைகள் தெளிவாகப் புலப்படுத்துகின்றன. தாவி அடியெடுத்து வைத்தபடி மேசைக்கு அருகில் வந்து நின்று சுற்றியும் பார்க்கிறாள்.)

கிரீஷ் கார்னாட்

மஞ்சுளா: *Nice. Very nice. Neat!*

(நாற்காலியின்மீது உட்கார்ந்து காதோடு பொருத்தியிருந்த கருவியைச் சரிப்படுத்திக்கொள்கிறாள்.)

சரி, கேமிரா எங்கே? ...

(கேள்விக்குப் பொருத்தமாக நடித்தபடி)

ஓ. புது டெக்னாலஜி. எவ்வளவு வேகமா இந்த டெக்னாலஜி மாறிட்டே இருக்குது, . இன்னைக்கு இருப்பது நாளைக்கு கிடையாது. அப்பா!

(பேச்சுக்குப் பொருத்தமாக நடித்தபடி)

ம்.தெரியும். லண்டன்– டொரண்டோல பாத்திருக்கேன். ஆனால் இன்டியன் டெலிவிஷன்னு சொன்னதுமே கூச்சல். குழப்பம். ஒரு விசித்திரமான சித்திரம்தான் மனசுல மிதந்து வருது. இங்கேயும் அங்கேயுமா அலைஞ்சிகிட்டே இருக்கிற டெக்னிஷியன்கள், கைய வீசிட்டு நடக்கிற எஞ்சனீயர்கள், பேய்மாதிரி ஒரு காமிரா, ஹெட்போன்ஸ், சுருள்சுருளா ஏகப்பட்ட கேபிள் ஒயருங்க... ஆனா இங்க, எல்லாமே கச்சிதமா இருக்குது. கழுவிட்டு கோலம் போடலாம்...

(பொருத்தமான உடல்மொழியோடு)

ம். ஆள் நடமாட்டமே இல்லாம ஒன்னு இருக்குதுங்கறது உண்மைதான். ஆட்களயே காணோம். சௌண்ட் ஸ்டுடியோ இருக்குமே, அதுமாதிரி...

(தகுந்த அசைவுகளோடு)

சரி இருக்கட்டும். ஓகே. கண்ணுக்கு முன்னால நேரா பாக்கறது... அங்கே கேமிரா இருக்குதுன்னு நெனச்சிகிட்டு பேசறது... ஆமாம். ஆமாம். உங்க குரல் தெளிவா கேக்குது. ஆ! லீக் ஆகாதபடி வால்யூம்... வால்யூம்...

(நாற்காலியின் கைமீதிருந்த ஒரு ஸ்க்ரூவைத் திருகியபடி...)

குட். வாய்ஸ் டெஸ்ட்? சரி, டெஸ்டிங், டெஸ்டிங். ஹலோ! ஹலோ! ஒன், டூ, த்ரீ, ஃபோர், ஃபைவ். மைக் முன்னால சிக் சிக்னு ரெண்டு சிட்டிகை தட்டட்டுமா?...

(கலகலவென சிரிக்கிறாள்.)

என் பேச்சா? சரியா பதினஞ்சி நிமிஷம் வரமாதிரி எழுதி யிருக்கேன். அலார்ம் வச்சி டைம் பார்த்து வச்சிருக்கேன்... இல்லை, இல்லை, படிக்கமாட்டேன். முகத்துக்கு நேரா பார்த்து பேசறமாதிரியே பேசணும், படிக்கக்கூடாது, .அவ்வளவுதானே! சரி, அப்படியே ஆகட்டும். ஆனா ஸ்கிரிப்ட பாக்காம, ஞாபகத்துலேருந்து பேசறமாதிரியே பேசணும்னா ஒன்னு ரெண்டு நிமிஷம் கூடுதலா போனாலும் போய்டும். தடுமாற்றம் இல்லாதபடி பார்த்துக்கறேன். ம்? சரி, ரெடி. ரெடி.

(தயாராகி உட்கார்கிறாள். பத்து, ஒன்பது, எட்டு . . . என்று சுழி வரைக்கும் ஒவ்வொரு எண்ணையும் ஓசையில்லாமல் மனத்துக் குள்ளேயே சொல்லி முணுமுணுக்கிறாள். திரையின் மையத்தில் ஆண் இயக்குநர் அல்லது பெண் இயக்குநரின் முகம் தோன்று கிறது. மேடையின் பின்பகுதியிலிருந்த மற்ற திரைகள் அப்படியே வெற்றுத்திரைகளாகவே இருக்கின்றன. நாடகத்தின் சில இறுதிக் கணங்கள் வரைக்கும் வெற்றுத்திரைகளாகவே இருக்கின்றன.)

இயக்குநர்: வணக்கம். ஸ்ரீ-டிவி இன்று மாலை ஒளிபரப்ப இருக்கும் நிகழ்ச்சி, இவ்வாண்டின் மிகச்சிறப்பான நிகழ்ச்சிகளில் ஒன்று. இதை ஒளிபரப்புவதில் நாங்கள் பெருமையடைகிறோம். திருமதி மஞ்சுளா நாயக் அவர்களுடைய உலகப்புகழ் பெற்ற நாவல் The River has no memories, அதையொட்டி எடுக்கப்பட்ட தொலைக்காட்சிச் சித்திரத்தை நாங்கள் உங்களுக்காக ஒளிபரப்ப உள்ளோம்.

அதற்கு முன்பாக, திருமதி மஞ்சுளா நாயக் அவர்கள் தம் வாழ்க்கையைப்பற்றியும் படைப்பூக்கத்தைப்பற்றியும் தம் எண்ணங்களை தங்களுடன் பகிர்ந்துகொள்ளவிருக்கிறார். மஞ்சுளா நாயக் அவர்கள் கடந்த ஆண்டுவரையில் பெங்களூர் கல்லூரியொன்றில் ஆங்கில ஆசிரியராக பணியாற்றிவந்தார். கன்னடத்தில் சிறுகதைகளை எழுதி வந்தார். கன்னடமொழியைப் பொருத்தவரையில் இது ஒன்றும் புதிய விஷயமல்ல. நம்முடைய பல முக்கியமான எழுத்தாளர்கள் ஆங்கில ஆசிரியர்கள். மூத்த தலைமுறை வரிசையில் பி.எம்.ஸ்ரீ., வி.க்ரு., கோகாக், கோபாலகிருஷ்ண அடிக. அதற்கப்புறம் லங்கேஷ், சாந்திநாத் தேசாய், அனந்தமூர்த்தி. ஏ.கே.ராமானுஜன் இரண்டுமொழிகளிலும் ஆளுமை மிக்க கவிஞராக இருந்தார். ஆனால் மஞ்சுளா அவர்கள் கடந்த ஆண்டில் நிகழ்த்திய தன் சாதனையால் மொத்த உலகத்தின் கவனத்தையும் தன்னைநோக்கி ஈர்த்துள்ளார். ஆமாம். மொத்த உலகமும். அதுவும் இரண்டு வெவ்வேறு வகைகளில். ஒன்று, சிறுகதைக்குப் பதிலாக நீண்ட நாவலொன்றை எழுதியுள்ளார். இரண்டு, அதைக் கன்னடமொழியில் எழுதாமல் ஆங்கிலத்தில் எழுதியுள்ளார்.

அவருடைய பிரிட்டிஷ் பதிப்பாசிரியரிடமிருந்து அவர் முன்பணமாகப் பெற்ற காப்புரிமைத்தொகை, நம்முடைய மொத்த இலக்கிய உலகத்தையே திகைப்பில் ஆழ்த்திவிட்டது. அதற்குப் பிறகு, நாவல் வெளியாகி, உலகின் முக்கியமான பகுதிகளில் – குறிப்பாக இங்கிலாந்து, அமெரிக்கா, ஐரோப்பா முழுதும் எண்ணற்ற பிரதிகள் விற்று பெஸ்ட் ஸெல்லர் சாதனையைப் படைத்துள்ளது. இப்போது ஸ்வீடிஷ் மொழியில் மொழிபெயர்க்கப்பட்டுள்ளது. அதனால் அவருக்கு நோபிள் பரிசு கிடைக்கும் காலம் வெகுதொலைவில் இல்லை என அவருடைய வாசகர்களாகிய நாங்கள் எண்ணுகிறோம். நண்பர்களே, கர்நாடகத்திலேயே பிறந்து, கன்னடத்திலேயே தன் முதல் மழலைப்பேச்சைப் பேசி வளர்ந்து, இப்போது ஆங்கிலத்தின் வழியாக உலக இலக்கியத்தின்மீது தன் செல்வாக்கைச் செலுத்தத் தொடங்கியிருக்கும் இந்தத் திறமைசாலியான கன்னடியமங்கையை நாம் வரவேற்போம்.

திருமதி மஞ்சுளா நாயக்!

(இயக்குநர் உருவம் மறைந்து முக்கியத் திரையில் –அதாவது பிளாஸ்மா திரையில் மஞ்சுளாவின் உருவம் தோன்றுகிறது. மஞ்சுளா பேசத் தொடங்குகிறாள்.)

மஞ்சுளா: வணக்கம். நான் மஞ்சுளா நாயக். உண்மையைச் சொல்லவேண்டுமென்றால் தினசரி வாழ்க்கையைப் பொருத்தமட்டில் நான் திருமதி மஞ்சுளா மூர்த்தி. ஆனால் ஓர் எழுத்தாளராக மஞ்சுளா நாயக் என்றே என் பெயர் நிலைத்துவிட்டது. வாழ்வின் ஒரு சின்னப் பகுதியையாவது

நாம் நம்முடைய தினசரி வாழ்விலிருந்து வேறுபடுத்தி வைத்துக்கொள்வது, நம்முடைய சுதந்திரத்துக்காக – சுதந்திரத்தின் இருப்புக்காக – ஒதுக்கிவைத்துக்கொள்வது மிகவும் அவசியம், அல்லவா?

(சிரிக்கிறாள்)

சொந்தப் படைப்பைப்பற்றி, படைப்பாக்கமுயற்சிகளைப்பற்றி பேசுவது மிகவும் கஷ்டமான வேலை. அதனால் நான் ஒரு எளிதான வழியைப் பின்பற்றலாம் என்று நினைக்கிறேன். இங்கே இந்தியாவுக்குள்ளும் சரி, வெளிநாட்டுக்குச் சென்றாலும் சரி, நான் எங்கே சென்றாலும் பொதுவாக இரண்டு கேள்விகளை நான் எதிர்கொள்கிறேன். அந்தக் கேள்விகளையே முன்னிலைப்படுத்தி, அவற்றுக்கு எனக்குத் தெரிந்த அளவில் பதில்களையும் சொல்லி விட்டு முடித்துக்கொள்ளலாம் என்று நினைக்கிறேன். ஓர் எழுத்தாளராக அதைத்தான் செய்யவேண்டும், எழுத வேண்டும், எழுதிவிட்டு அமைதியாக இருக்கவேண்டும், அல்லவா?

(சிரிப்பு)

முதல் கேள்வி. இந்நேரத்துக்கு இந்தக் கேள்வி உங்கள் மனத்திலும் உதித்திருக்கலாம். இதுவரைக்கும் கன்னடத்திலேயே இலக்கியத்தில் ஈடுபட்டுவந்த நான் இருந்தாற்போலிருந்து ஏன் திடீரென ஆங்கில எழுத்தாளராக மாறினேன்? நான் என்னை கன்னட எழுத்தாளராக நினைத்துக்கொள்வதா? அல்லது ஆங்கில எழுத்தாளராக நினைத்துக்கொள்வதா? எனக்கான வாசகர்கூட்டம் எங்கே

இருக்கிறது? இந்தியாவிலா? வெளிநாட்டிலா? இந்தமாதிரி சில கேள்விகள் . . .

(சிறிதுநேரம் நிறுத்தி, யோசித்து, சிரித்து)

உண்மையைச் சொல்லவேண்டுமென்றால் நான் ஆங்கிலத்தில் எழுதுவதால் இங்கே இருக்கிற எவ்வளவோ பேர்களுக்கு எவ்வளவோ பிரச்சினைகள் வரும் என்பது முதலிலேயே தெரிந்திருந்தால், நான் அந்தத் தப்பைச் செய்தே இருக்கமாட்டேன்.

எனக்கு குரு ஸ்தானத்தில் இருந்தவர்கள், மனப்பூர்வமாக என்னுடைய கௌரவத்துக்குரியவர்கள், என் வெற்றியைக் கண்டு மகிழ்ந்து என் முதுகில் தட்டிக்கொடுத்து வாழ்த்துவார்கள் என நான் நினைத்த பெரியவர்கள் எல்லோருமே திடீரென மாறி, என் மீது கடுஞ்சொற்களை வீசுவார்கள் என நான் நினைத்துக்கூட பார்க்கவில்லை. இப்போது நான் கன்னடத்துக்கு இரண்டகம் செய்துவிட்ட துரோகக் குற்றச்சாட்டை எதிர்கொள்ளவேண்டிய சூழலில் இருக்கிறேன்.

துரோகம்! நம்பிக்கைத்துரோகம்! உண்மையைச் சொல்லவேண்டுமென்றால் நாவலை எழுத ஆரம்பித்தபோது, நான் மொழியைப்பற்றிய எந்தத் தீர்மானத்தையும் எடுத்திருக்கவில்லை. என்னை அறியாமலேயே கதை ஆங்கிலமொழியில் பொங்கி வெளிப்பட்டது. எழுத எழுத எனக்கே ஆச்சரியமாக இருந்தது. ஏன் இப்படி ஆனது? ஏன் இந்தக் கதை ஆங்கிலத்தில் பிறந்தது? ஆங்கிலத்திலேயே ஏன் வளர்கிறது? என்னமோ தெரியவில்லை, பிறந்தது,

வளர்ந்தது, அவ்வளவுதான். வேறு எந்தவிதமான விளக்கமும் எனக்குத் தோன்றவே இல்லை. ஒருவேளை அப்படி ஒரு விளக்கத்தைச் சொன்னாலும் அது பொய்யாகவே இருக்கும்.

இவ்வளவு எளிமையான விஷயம் நம் அறிவுஜீவிகளுக்கு ஏன் புரியவில்லை என்பதை என்னால் கொஞ்சம்கூட புரிந்துகொள்ளமுடியவில்லை. சிலர் நான் வெளிநாட்டு வாசகர்களை மனத்தில் வைத்துக்கொண்டு நாவலை எழுதுகிறேன் என்று குற்றம் சுமத்துகிறார்கள். ஆனால் என் பிரிட்டிஷ் பதிப்பாசிரியர்கள் எனக்கு என்ன எழுதினார்கள் தெரியுமா?

'உங்கள் நாவலில் எங்களுக்கு மிகவும் பிடித்த அம்சமே அதன் இந்தியத்தன்மைதான். இந்தியாவிலிருந்து எங்களுக்கு போதுமான அளவுக்கு நாவல்கள் வருகின்றன. ஆனால், அவற்றில் பெரும்பாலானவை மேற்குலகச் சந்தையை மனத்தில் வைத்துக்கொண்டு எழுதப்பட்டவையாக உள்ளன. அந்தக் காரணத்துக்காகவே அவை இங்கே வெற்றி பெறுவதில்லை. உங்கள் நாவலில் இந்திய நடுத்தட்டுப்பிரிவு வாழ்க்கையின் தனித்தன்மை காணப்படுகிறது. மண் வாசனை இருக்கிறது' என்று சொன்னார்கள். ஆனால் இங்கே இருக்கிற பண்டிதர்களுக்கு இது புரியவேண்டுமே?

ஓர் இந்திய எழுத்தாளர் தன் உணர்ச்சிகரமான சூழல்களை ஆங்கிலமொழியில் நேர்மையான முறையில் வெளிப்படுத்துவது சாத்தியமற்ற செயல் என்று ஒரு விமர்சகர் சொன்னார். 'இந்திய எழுத்தாளர்களைப்பொருத்தவரையில் சொல்லவேண்டுமென்றால் ஆங்கிலம் நேர்மைக்குறைவான ஓர் ஊடகம்' என்பது அவர் வாசகம்.

(சிரித்து)

அப்படியென்றால், கன்னடத்திலேயே எழுதுகிற எழுத்தாளர்களிடையே எவ்வளவு தூரத்துக்கு நேர்மை இருக்கிறது என்றும் கேட்கலாம். ஆனால், ஐயோ! அப்படி ஏதாவது கேட்டுவிட்டால், அது நம் துரோகத்துக்குச் சாட்சியாகிவிடும். அதாவது, எதுவாக இருந்தாலும் கடைசியில் பழிக்கு நாமே ஆளாவோம்.

சமீபத்தில் நம்முடைய மைய சாகித்திய அகாதெமியின் தலைவர் ஓர் அறிவிப்பை வெளியிட்டார். ஆங்கிலத்தில் எழுதுகிறவர்கள் வெறும் பணத்துக்காக எழுதுகிறார்கள். உலகச் சந்தையில் பங்குதாரர்களாக இருக்கிறார்கள் என்றெல்லாம் சொன்னார். ஆனாலும் இந்த அறிவிப்பை அவர் ஆங்கிலத்தில்தான் தெரிவித்தார். அந்த மொழியில் இப்படிப்பட்ட அறிவிப்புகளுக்கெல்லாம் வேறு ஏதோ ஒரு மதிப்பு கிடைக்கிறது! அப்படி இருப்பதில் தப்பு என்ன என்றுதான் நான் கேட்க விரும்புகிறேன். எழுத்தாளர் தரித்திரத்திலேயே மூழ்கியிருக்கவேண்டுமா? கன்னடத்தில் எழுதியதன்மூலம் எனக்குக் கிடைத்த ராயல்டி எவ்வளவு என்று சொல்லவேண்டுமா?

வெற்றிபெற்ற ஓர் ஆங்கில எழுத்தாளனைப்போல ஒரு கன்னடிய எழுத்தாளர் தன்னுடைய எழுத்துமுயற்சிகளில் ராயல்டி பெறுவது என்பது சாத்தியமே இல்லை. பழிப்புரைகளுக்குப் பின்னால் இருப்பது இந்த insecurity. நான் கன்னடத்திலேயே எழுதி வளர்ந்த எழுத்தாளர் என்பதால் இந்த மறைபொருளெல்லாம் எனக்குப் புரிகிறது. அந்தப்

பொறாமையின் பொருள் புரிகிறது. எடுத்துக்காட்டாக, நான் என்னுடைய வேலையையே ராஜினாமா செய்கிற அளவுக்கு, என்னுடைய இந்த நாவலுக்காக முன்பணமாக மட்டுமே நான் பெற்ற ராயல்டி இருந்தது. நான் இப்போது சுதந்திரமான எழுத்தாளர்.

(எழுந்து நின்று, சிரித்து...)

இவ்வளவு போதுமல்லவா?

இரண்டாவது கேள்வி, நல்லவேளையாக நாவலோடு தொடர்புடைய ஒன்று. எளிமையான கேள்விதான். நான் எப்போதுமே நல்ல ஆரோக்கியமுள்ள, திடமான தோற்றமுள்ள, உறுதியான பெண். ஒருநாளும் வேதனையில் துவண்டவளல்ல. கல்லூரியில் இருந்தபோது, நீளம் தாண்டுதலில் சேம்பியனாக இருந்தேன். அப்படிப்பட்டவள், படுத்தபடுக்கையிலேயே வேதனையில் துவண்டுபோன ஒருத்தியின் வேதனைகளையும் துயரங்களையும்பற்றி இந்த அளவுக்கு நுட்பமாக என்னால் எப்படிச் சித்தரிக்க முடிந்தது? உயிர்வாழும் வேட்கை நிரம்பிய ஒருத்தி, நோயின் காரணமாக படுத்த படுக்கையாக இருந்து, மரணத்தைநோக்கிப் பயணப்படும் அந்த வாழ்க்கைமுறையைச் சொல்லும் பக்குவத்தையும் பரிவையும் இரக்கத்தையும் நான் எங்கிருந்து பெற்றுக்கொண்டேன்?

உண்மையைச் சொல்லவேண்டுமென்றால்– இதைச் சொல்லும்போது என் கண்கள் தளும்புகின்றன – இதற்குத் தூண்டுகோலாக இருந்தவள் என் தங்கை. மாலினி. அவள் பிறந்த சில நொடிகளிலேயே அவள் உடல்

ஊனமுள்ளவள் என்பது தெளிவாகத் தெரிந்துவிட்டது. அதை 'மெனிங்கோமைலோஸீல்' என்று சொல்வார்கள். இடுப்பின் மேற்பகுதியில் எந்தவிதமான பிரச்சினையும் இருக்காது. ஆனால் கீழ்ப்பகுதியில் இருக்கிற நரம்புமண்டலம் முழுதும் செயலற்றுப் போயிருக்கும். அடுத்தடுத்து அறுவைசிகிச்சைகள் செய்துசெய்து அவள் வாழ்வே நரகமாகிவிட்டது, பாவம். வாழ்க்கை முழுவதையும் சக்கர நாற்காலியிலேயே வாழ்ந்து கழித்துவிட்டாள்.

ஆறு ஆண்டுகளுக்கு முன்னால், என்னுடைய அம்மாவும் அப்பாவும் மறைந்துபோய்விட்டார்கள். அப்போது நான் அவளை இங்கே ஜெயநகரில் உள்ள எங்கள் வீட்டுக்கு அழைத்துவந்துவிட்டேன். கடந்த ஐந்தாறு ஆண்டுகளாக நானே அவளை ஆதரித்துக் காப்பாற்றி வந்தேன். கடைசிக்கட்ட ஒன்றரை ஆண்டுக்காலம் அவளுடைய ஆரோக்கியம் முற்றிலும் குன்றிப் போயிருந்தது. அவள் அதிக காலம் வாழமாட்டாள் என்பது எனக்கும் தெரிந்திருந்தது. அவளுக்கும் தெரிந்திருந்தது. எனக்குக் குழந்தைகள் இல்லை. இவளே என் குழந்தையாக இருந்தாள். அவளுக்குத் தேவையான சேவைகளைச் செய்வதாக எனக்கு ஒருநாளும் தோன்றியதில்லை. அவளோடு சேர்ந்து நானும் தவிர்க்கமுடியாத மரணத்தை எதிர்கொண்டு, அவளுடைய வலியிலும் வேதனையிலும் எல்லாச் சமயங்களிலும் நானும் பங்கெடுத்துக்கொண்டேன்.

இந்தநாவல் அவளைப்பற்றி, அவள் பட்ட வேதனைகளைப்பற்றி. அவளுக்குக் கிடைத்த சந்தோஷங்களைப்பற்றி. என் தங்கை மாலினி கடந்த ஆண்டு காலமானாள். அவள்

பார்த்ததையும் விரும்பியதையும் மீண்டும் சொல்வதன் வழியாக, கனவில் கண்ட ஒன்றை சொற்களின்வழியாக மீண்டும் வாழும் முயற்சி என்னுடையதாகும். அவள் மரணத்தினால் என் வாழ்வில் உருவான வெறுமையை நிரப்பிக்கொள்ளும் முயற்சியாகும். என் தங்கை, எனக்குப் பிடித்த சகோதரி. எப்போதும் சிரித்தபடியே இருந்த தோழி, என்னைவிட மேலான புத்திசாலி, மிகவும் நுண்ணுணர்வு பொருந்திய பெண் – அவள் இல்லாமல் நான் தனிமையில் உழல்கிறேன். அந்தத் தனிமையை நிரப்பிக்கொள்ளும் முயற்சி இது.

(கண்ணீரைத் துடைத்துக்கொள்கிறாள்.)

அவள் ஒருத்தியைத் தவிர இந்த நாவலில் உள்ள எல்லாப் பாத்திரங்களும் கற்பனை என்பதைத் தனியாகச் சொல்லவேண்டியதில்லை.

(சிறிது நேரம் மௌனம்.)

இந்தத் தருணத்தில் நான் ஒரு விஷயத்தைச் சொல்லியே தீரவேண்டும். என் கணவரான பிரமோத் ராவைப்பற்றிய விஷயம். இந்த நாவலை எழுதும்போது நான் கல்லூரியில் வேலைசெய்துகொண்டிருந்தேன். ஒருபக்கம், அந்த வேலையின் சுமை. இன்னொருபக்கம், தங்கையில்லாத வீடு வெறுமையில் சூழ்ந்திருந்தது. அவசரப்பட்டு ஆங்கிலத்தில் எழுதத் தொடங்கிவிட்டேன். முடிவே இல்லாத குகையில் புகுந்துவிட்டதுபோல. அடுத்து என்ன எழுதுவது என்று புரியாமல் பலமுறை உட்கார்ந்த இடத்திலேயே நிலைகுலைந்து போயிருக்கிறேன். ஓர் எழுத்துகூட எழுதமுடியாமல்

போய்விடுமோ என அழுதிருக்கிறேன். அந்தத் தவிப்பில் ஒவ்வொரு கணமும் என் கணவர் எனக்கு உறுதுணையாக இருந்தார். எனக்கு நம்பிக்கை ஊட்டினார். அவருடைய அதரவு இல்லாமல் போயிருந்தால் இந்த நாவலை என்னால் முழுமை செய்திருக்க முடியாது. அப்படிப்பட்ட வாழ்க்கைத்துணை வாய்த்தது என் அதிருஷ்டம். இந்த நாவலை, இன்றைய இந்த மாலைப் பொழுதை, என் மனம் கவர்ந்த பிரமோத்குமாருக்கு சமர்ப்பிக்கிறேன்.

நான் ஆங்கிலத்தில் எழுதினேன். அந்தப் பாவத்துக்குப் பிராயச்சித்தமே இல்லை. ஆனாலும் நான் கன்னடியப்பெண். இந்த மண்ணின் மகள். அதைப்பற்றி எனக்கு மிகவும் பெருமையாக உள்ளது. இந்தத் தொலைக்காட்சிப்படம் கன்னடத்தில் இருப்பது மிகவும் மகிழ்ச்சிக்குரிய விஷயமாகும். இயக்குநர்கள் என் நாவலைச் சரியாகப் புரிந்துகொண்டு மறு ஆக்கம் செய்திருக்கிறார்கள். நடிகநடிகையர்கள் பாத்திரங்களை மிக அழகாக உள்வாங்கி நடித்திருக்கிறார்கள். இந்தக் கதை உங்களுக்கு நம்பிக்கையை அளிக்கட்டும் என்று பிரார்த்தனை செய்துகொள்கிறேன். வணக்கம்.

(ஸ்டுடியோவில் ஒளியமைப்பு மாறுகிறது.)

(மைக்கில்) முடிந்ததா? உஸ்! சரியா வந்ததா இல்லையா? யாரங்கே...

(சற்றே நிறுத்தி)

பேச்சில் தடுமாற்றமெதுவும் இல்லையல்லாவா? நான் இப்போது கிளம்பலாம் அல்லவா? குட்! தேங்க்ஸ்!

(நாற்காலியின் பின்பக்கமாகச் சாய்ந்து பெருமூச்சுவிடுகிறாள். ஆத்மதிருப்தியைப் புலப்படுத்தும் புன்னகை அவளிடமிருந்து வெளிப்படுகிறது. இத்தருணத்தில் முக்கியத் திரையில் அவளுடைய உருவம் மறைந்து தொலைக்காட்சிப்படம் தொடங்கியிருக்கவேண்டும். ஆனால் அப்படி மாற்றம் பெறாமல் அவளுடைய உருவமே தொடர்கிறது. அதற்கென ஒரு சுதந்திரமான இருப்பு உருவானதைப்போல அவளையே ஆர்வத்தோடு உற்றுப் பார்க்கிறது.)

தூ! இப்ப சத்தம்போட்டுக்கொள்ளட்டும். இன்னும் என்னென்ன நடக்கப்போவுதுன்னு பார்த்துகிடலாம். அவுங்க பக்கத்திலேருந்து நல்லா உதை வாங்கியாச்சி. ரெண்டு அடி திருப்பிக் கொடுக்கறதுல ஒரு தப்பும் கிடையாது.

(எழுந்து வாசல்பக்கமாகச் செல்ல முற்படுகிறாள்.)

உருவம்: *(மெதுவாக)* ஏய், எங்க கிளம்பிட்ட?

(மஞ்சுளா ஆச்சரியத்தில் உறைந்து நிற்கிறாள். அங்குமிங்கும் திரும்பிப் பார்க்கிறாள். காதுகளுடன் பொருத்தப்பட்டிருந்த கருவியை அழுத்துகிறாள். அதன் வழியாக எந்தக் குரலும் கேட்கவில்லை என்பதை உறுதிப்படுத்திக்கொண்டு, வாசலை நோக்கி நடக்கிறாள்.)

இவ்வளவு சீக்கிரமா நீ போகமுடியாது... மஞ்சுளா!

(மஞ்சுளா அதிர்ச்சியில் உறைந்து எல்லாப் பக்கங்களிலும் சுற்றிப் பார்க்கிறாள். தான் நின்றிருக்கும்போது, அந்த உருவம் இன்னும் உட்கார்ந்தே இருப்பதன் பொருளை அவளால்

புரிந்துகொள்ளவே முடியவில்லை. புரிந்ததுமே மின் அதிர்ச்சி ஏற்பட்டதுபோல தவிக்கிறாள்.)

மஞ்சுளா: ஐயோ! இன்னும் கேமிரா ஆன்லயே இருக்குதா?

(நாற்காலியை நோக்கி ஓடுகிறாள். பிறகு என்ன செய்வது என்று தோன்றாமல் நிற்கிறாள்.)

உருவம்: இல்லை, ஆஃப் ஆகிட்டுது.

மஞ்சுளா: அப்படின்னா ... நீ .. ?

உருவம்: நீ நின்னுட்டிருக்கே. நான் உட்கார்ந்திட்டிருக்கேன். கேமிரா ஆன்ல இருந்ததுன்னா நானும் உன்னைப்போலவே நின்னிட்டுருப்பேன். நான் சொல்றது சரியா தப்பா?

மஞ்சுளா: என்ன இது? என்ன கிண்டலா? என்ன தந்திரம் நடக்குது?

(லேப்பில் மைக்கில்)

ஹலோ, ஹலோ, கேமிரா இன்னும் ஆஃப் ஆகலையா? டெலிஃபில்ம் இன்னும் ஆரம்பமாகலையா?

(மைக்கின் முன்பகுதியில் சிட்சிட் என்று சிட்டிகை தட்டி ஓசையெழுப்புகிறாள். எதிர்வினை எதுவும் இல்லை.)

ஹலோ ! ஹலோ! யாரங்கே..? ஏதாச்சிம் டெக்னிக்கல் பிரச்சினை வந்துட்டுதா என்ன?

உருவம்: இல்லை, டெக்னிக்கல் பிரச்சினை எதுவும் கிடையாது.

மஞ்சுளா: டேப்—கீப் எங்கயாச்சிம் சிக்கிக்கொண்டிருக்கலாம்! யாரங்கே, *Help! Help !*

(நடந்துபோய் கதவைத் தட்டுகிறாள்.)

உருவம்: இப்படி பதற்றமாகிற அளவுக்கு என்ன நடந்துட்டுது இங்கே? இங்கே நான் ஒருத்திமட்டுமே இருக்கிறேன் . . .

மஞ்சுளா: நீ? யார் நீ?

உருவம்: நான் . . . அதாவது நீ . . .

மஞ்சுளா: சீச்சீ. என்ன இது? அதற்கெல்லாம் வாய்ப்பே இல்லை...

உருவம்: அது உண்மை . . .

(ஆழ்ந்த மௌனம். மஞ்சுளாவால் அந்த உருவத்தின் இருப்பை ஏற்றுக்கொள்ளவே முடியவில்லை. அந்தப் பக்கம் பார்ப்பதே இல்லை. அதற்குப் பிறகு, வேறு வழியில்லாமல் மெதுவாக தலையை நிமிர்த்திப் பார்க்கிறாள். உருவம் புன்னகை புரிகிறது.)

அடாடா. உன் பேச்சு... ரொம்ப அழகா இருந்தது. பார்வையாளர்களுக்கெல்லாம் ஒரே மகிழ்ச்சி! *Congratulations !*

மஞ்சுளா: டெலிஃபில்ம் இன்னும் தொடங்கலையா?

உருவம்: டெலிஃபில்ம் சுடுகாட்டுக்கு போயிடுச்சி. தரித்திர ஃபில்ம்.

மஞ்சுளா: *(தனக்குள்ளேயே)* நான் அவரிடம் ஆரம்பத்திலேயே சொன்னேன். டெலிஃபில்ம்ன்னா வேறவேற லொக்கேஷன்

வேணும். மூவ்மெண்ட் வேணும். இங்க மொத்த கதயும் ஒரே வீட்டுக்குள்ளே! வேணாம்ன்னு சொன்னேன். ஆனால், நல்ல ராயல்டி கெடச்சுது ... எனக்கென்ன ..?

உருவம்: இன்றைய நிகழ்ச்சி முடிஞ்சதுக்கப்புறம் எல்லோருமே உன் பேச்சைப்பற்றித்தான் பேசிட்டுருப்பாங்க பாரு. உன்ன விமர்சனம் செஞ்ச தடியனுங்களுக்கெல்லாம் நல்லா பதில் சொன்னே. நாளைக்கு எல்லா பேப்பர்லயும் நீ சொன்ன விஷயமெல்லாம் வெளிவரும். அப்புறம் மறுபடியும் ஒரு விவாதம் உருவாகும்ங்கறதுல எனக்கு எந்த சந்தேகமும் இல்லை ...

(தொடர்ந்து மஞ்சுளாவுக்கும் உருவத்துக்கும் இடையிலான உரையாடல், வினை–எதிர்வினை நிகழவேண்டும். உயிருடன் உள்ள இருவரிடையே நிகழும் உரையாடலைப்போல நிகழ வேண்டும்.)

மஞ்சுளா: உருவாகட்டும்! அப்படி உருவாகவேண்டும் என்பதுதான் என் விருப்பம்.

உருவம்: *Excellent !* ஆனால் ... சேற்றையெல்லாம் வாரி எடுக்கணுமின்னா – உன் தங்கையைப்பற்றி நீ பேசுன பேச்சு இதயபூர்வமானதாக இருந்ததுங்கறது உண்மைதான்! ஆனால் கண்ணீரெல்லாம் விட்டிருக்கணுமா என்ன?

மஞ்சுளா: நான் ஒன்னும் நாடகம் ஆடலை. எனக்கு மஞ்சுளாமீது பாசம் உண்டு.

(நிறுத்தி)

இன்னைக்கும் இருக்குது. அவள்மீது நான் பாசம் வச்சிருந்த அளவுக்கு யார்மீதும் பாசம் வச்சிருந்ததில்லை. என் கணவன்மீது கூட.

உருவம்: அப்படியா?

மஞ்சுளா: நாவலில் அவளுடைய ஆளுமையை மிகவும் எடுப்பான ஒன்றாக உருவாக்க என்னால் முடியலை. ஒத்துக்கறேன். பார்க்க ரொம்ப அழகா இருப்பாள். என்னைவிட பல மடங்கு.! அறிவாளி. அவள் அளவுக்கு நான் அறிவாளியும் கிடையாது. அவளுடைய உத்வேகம், திறமைகூட என்னிடம் இல்லை. நான் அவளுக்கு இணையான பெண்ணே கிடையாது. என்பதை சின்ன வயசுலயே ஒப்புக்கொண்டேன். அப்படிப்பட்டவளுடைய வாழ்க்கையில இப்படி ஒரு துன்பம் நேர்ந்திருக்கக்கூடாது.

உருவம்: அப்படிப்பட்டவளுடைய வாழ்க்கையில இப்படி ஒரு துன்பம் நேர்ந்திருக்கக்கூடாது. ஆனால் அந்த வியாதியின் பயனாக அவளுக்கும் ஒரு ஆதாயம் கிடைச்சிருக்கு இல்லையா? அவள் ஆசைப்பட்டதெல்லாம் கிடைச்சது.

மஞ்சுளா: அவள் எதற்கும் ஆசைப்பட்டதில்லை. கேட்டதும் இல்லை. அவளுடைய வேதனை எப்படிப்பட்டதுன்னு தெரிஞ்சிகிட்டதுமே அம்மாவும் அப்பாவும் தார்வாட விட்டு கிளம்பி பெங்களூருக்கு வந்துட்டாங்க. இங்க கோரமங்களாவுலயே ஒரு வீட்டை வாங்கினாங்க. அதுக்கப்புறமா தம்முடைய வாழ்க்கைமுழுவதையும் அவளை கவனிச்சிக்கறதுலயே செலவு செஞ்சாங்க. ஆனால் ஒருநாளும் அவள் இதுதான் வேணும் அதுதான்

வேணும்ன்னு கேட்டது கிடையாது. வீட்டுக்கே வந்து பாடம் சொல்லிக் கொடுக்கறதுக்காக ஒருத்தர ஏற்பாடு செஞ்சிருந்தாங்க. ஆங்கிலம், கணக்கு பாடங்களை அவர் சொல்லிக்குடுத்தாரு. மற்றபடி எல்லாப் பாடங்களையும் அவளாகவே படிச்சிகிட்டா. வரலாறு, சமூகவியல், அனாடமி தத்துவஞானம்! அவளுக்குள்ள அறிவுப்பசி. உயிர்வாழ்வதற்கான வேட்கை அவளிடம் இருந்தது. கைக்கு கிடைச்சதையெல்லாம் படிச்சி அதன் சாரத்தை உள்வாங்கிகிட்டா.

உருவம்: அப்புறம் நீ?

மஞ்சுளா: எனக்கும் அப்படி ஒரு ஆதரவு கிடைச்சிருந்தா நானும் அவளைப்போலவே திறமைசாலியா வளர்ந்திருப்பேனோ என்னமோ, யாருக்குத் தெரியும்?

உருவம்: இல்லை, கண்டிப்பா இல்லை, ஒத்துக்கொள்.

மஞ்சுளா: *(வெகுண்டெழுந்து)* ஏன்? நானும் ஒரு பெஸ்ட் ஸெல்லர் எழுதியிருக்கேன், அதை மறந்துட வேண்டாம்.

உருவம்: அதுவும் உண்மைதான்.

மஞ்சுளா: *(அடங்கிய குரலில்)* இல்லை. ஒத்துக்கத்தான் வேணும். அந்தத் திறமையெல்லாம் என்கிட்ட இல்லை. அம்மா அப்பாவுக்கும் அது தெரிஞ்சிருந்தது. அதனால படிக்கறதுக்காக என்னை தார்வாட்லயே தாத்தா வீட்டுல விட்டுட்டு வந்துட்டாங்க. அங்கே அவுங்க ரொம்ப செல்லம் கொடுத்து வளர்த்தாங்க. அதெல்லாம் உண்மைதான். ஆனால் அம்மா அப்பா இல்லையே. எனக்கு விடுமுறை

கிடைச்சபோதெல்லாம் பெங்களூருக்கு ஓடி வந்துடுவேன். படிப்பு முடிஞ்சதுமே வேலையும் பெங்களூருலயே கிடைச்சது. அப்ப நாங்க எல்லாரும் கோரமங்களாவுல ஒன்னாவே இருந்தோம். எவ்வளவு மகிழ்ச்சியான காலகட்டம் தெரியுமா அது? ஆனால், ஆறு மாதத்துக்குள்ளேயே எனக்கு பிரமோத்குமாருடைய அறிமுகம் கிடைச்சது. கல்யாணமும் நடந்துட்டது. குழந்தை கிடையாதுங்கற ஒரு விஷயத்த தவிர வேற எந்தக் குறையும் கிடையாது. அப்பா சொத்துல பங்கு கொடுத்தாரு. வேற வீடு ஒன்னயும் ஏற்பாடு செஞ்சிக்குடுத்தாரு. ஜெயநகர்ல. அழகான வீடு. ஆனாலும் முக்கியமான சொத்துபத்துங்களையெல்லாம் மாலினி பேர்லயே வச்சிருந்தாரு. அவளுடைய மருத்துவச் செலவுக்காகன்னு. அதுவும் சரிதான். என் வாழ்க்கையை நான் சமாளிச்சிக்குவேன்னு அவருக்கு தோன்றியிருக்கலாம். நானும் சமாளிச்சி வளர்ந்தேன்னு வை.

உருவம்: அப்பாவும் அம்மாவும் இறந்துட்டபிறகு, நீங்க அந்த கோரமங்களா வீட்டுக்குப் போயிருக்கலாமில்லையா? பெரிய பங்களா. சுற்றுமுற்றும் தோட்டம். நல்ல இடவசதி. ஆனா, அதுக்கு பதிலா அவளை ஏன் ஜெயநகருக்கு கூட்டிட்டு வந்திங்க?

மஞ்சுளா: *(சிரித்து)* சொந்த வீடு. அதனால எப்படி வேணும்னாலும் இருக்கலாம், அல்லவா?

(நிறுத்தி)

அதுமட்டுமில்லாம என் காலேஜும் பக்கத்துலயே இருந்தது. கோரமங்களாவில இருந்தோம்ன்னா ... காசியாத்திரை ...

(நிறுத்தி)

அவ்வளவு பெரிய வீடு! பார்த்துக்கிறவங்க யாரு? அம்மாவப் போல நானும் வீட்டுலயே உட்கார்ந்திருந்தா சரியா இருந்திருக்கும்.

(நிறுத்தி)

அதுமட்டுமில்லாம, மாலினிக்கும் அந்த திட்டத்துல எப்பவும் உடன்பாடு இல்லை. சொன்னேன் அல்லவா? *She was one of the most sensitive people I have known.* கோரமங்களாவுக்கு நாங்க வந்தோம்னா, என் வாழ்க்கை முழுவதும் தலைகீழா மாறிடும்ங்கற விஷயத்தை அவள் நல்லா புரிஞ்சி வச்சிருந்தா. கோரமங்களா வீடு அவளுடைய பெயர்ல இருந்தது. நான் வேணாம்ன்னு சொன்னாலும் அத அவள் விற்றே தீரணும்ன்னு பிடிவாதம் பிடிச்சா. தனக்காக, தன்னுடைய பெயரைச் சொல்லி யாரும் தியாகம் எதுவும் செய்யவேணாம்ன்னு சொன்னா. ஜெயநகர்ல இருந்த எங்க சின்ன வீட்டுக்கு வந்தா. நல்ல முறையில அந்த வீட்டோட ஒட்டிகிட்டா.

(நிறுத்தி)

எல்லாவற்றையும்விட முக்கியமான விஷயம் கோரமங்களாவில கன்னடக்குடும்பங்களே இல்லை. என் எழுத்துமுயற்சிகளுக்கு கொஞ்சமாவது ஒரு நடுத்தட்டு சூழல் தேவையாயிருந்தது. அந்தக் காலத்துல நான் கன்னடத்துலமட்டும்தான் எழுதிட்டிருந்தேன். அதனால ஜெயநகர்தான் எல்லாத்துக்கும் பொருத்தமா இருந்தது.

உருவம்: இப்ப ஆங்கில எழுத்தாளரா மாறிட்ட பிறகு, கோரமங்களாவுல வீடு ஏதாச்சிம் வாங்கிட்டியா?

மஞ்சுளா: ஐயோ, சும்மா இரு

உருவம்: அவளுக்கு கன்னடம் தெரியுமா?

மஞ்சுளா: தெரியும். வீட்டுக்குள்ள பேசிக்கற அளவுக்கு. சமையல்காரி, வேலைக்காரிகிட்ட பேசிக்கிற அளவுக்கு தெரியும். அதுக்கு மேல தெரியாது. . .

உருவம்: அவ பங்கயும் சேத்து, உனக்கு கன்னடம் வந்துட்டுதுபோல.

மஞ்சுளா: *(சிரித்து)* அதனாலதான் கன்னட எழுத்தாளரா வளர்ந்தேனோ என்னமோ. உண்மையைச் சொல்லணும்ன்னா– நான் இதுக்கு முன்னால இப்படி வெளிப்படையா இந்த விஷயத்தைச் சொன்னதில்லை– இந்தியாவில ஆங்கிலம் பேச்சுமொழியா இல்லைங்கற காரணத்தால, கன்னட வாழ்வின் சாரத்தை ஆங்கிலத்துல வெளிப்படுத்துவது அசாத்தியம்ங்கற வாதத்தை முன்வைப்பதா இருந்தால். . .

(நீண்ட மூச்சை இழுத்து, சிரித்தபடி . . .)

அப்பா! எப்படிப்பட்ட வாக்கியம்! அந்த வாதம் உண்மைன்னா, என் தங்கையுடைய வாழ்க்கையைப்பற்றி கன்னடத்துல எழுதுவதே அசாத்தியமான விஷயமாயிருக்கும். ஏனென்றால், அவளுக்கு ஆங்கிலத்துல நல்லா பேசத் தெரியும். அதையே உயிரா நினைச்சிட்டிருந்தவள். அதன் வழியாக தன் கனவுகளைக் கட்டிருந்தவள். நண்பர்கள்கூட

ஆங்கிலத்தில் பேசுகிறவர்கள்தான். அவள் எங்க வீட்டுக்கு வந்ததால எனக்கு ஒரு நன்மை உண்டானது. என் ஆங்கில அறிவு வளர்ந்தது. அக்காடமிக்கா இருந்தது க்ரியேட்டிவா மாறிட்டது. *I am grateful to her for that.*

உருவம்: அப்படியென்றால் உன்னுடைய அடுத்த நாவல்? அதயும் ஆங்கிலத்திலேயே எழுதுவியா?

மஞ்சுளா: எதுக்காக இன்னொன்னு வேணும்? ஒன்னு போதாதா?

உருவம்: தேவைக்கும் அதிகமா சம்பாதிச்சிட்டே.

மஞ்சுளா: தேவைக்கும் அதிகமான்னு சொல்லமுடியாது. தேவையான அளவுக்குன்னு சொல்லலாம்.

உருவம்: அப்படியென்றால் அடுத்தபடி என்னதான் செய்யப்போகிறாய்? வெறுமையான வீடு. தங்கையும் இல்லை. பயன்படுத்திக்கொள்ள விஷயமே இல்லை.

மஞ்சுளா: இப்படி குத்திப் பேசறதுக்கு என்ன அர்த்தம்? என்னுடைய தங்கையின் வேதனையை, நான் என் வெற்றிக்காகப் பயன்படுத்திகிட்டேன்னு சொல்றியா? இந்த நாவலில் இடம்பெற்றிருப்பது அவளுடைய வாழ்க்கைமட்டுமல்ல. என்னுடைய வாழ்க்கையும்கூட. வெளிப்படையா ஏற்றுக்கொள்ளவில்லையென்றாலும் நானும் அதில் ஒரு பாத்திரமா இருக்கேன். அவளுடைய அண்ணியாக!

உருவம்: ஐயோ, அந்த கெட்ட பெண்ணாகவா?

மஞ்சுளா: *(கலகலவென்று சிரித்து)* ம். நாவலின் வில்லி.

கிரீஷ் கார்னாட்

உருவம்: உன் சுயத்தைப்பற்றி சரியாக எடைபோட்டு எழுதிப் பார்க்கிற முயற்சியா அது?

மஞ்சுளா: இல்லை, இல்லை. நான் அந்த அளவுக்குக் கெட்டவளல்ல. ஆனால், கதைப்போக்குக்கு ஒரு எதிர்மறையான பாத்திரம் தேவைப்பட்டது. நாயகி மிகவும் நல்லவளாக இருக்கும் போது, அதற்கு நேர்மாறா ஒரு கெட்ட பாத்திரம் தேவையா இருக்குது. அது ஒரு தொழில்நுட்பத் தேவை.

உருவம்: நாவலைப் படிச்சிட்டு பிரமோத் குமார் ரொம்ப மகிழ்ச்சியடைந்திருக்கணும், இல்லையா? அவனுடைய பாத்திரம் மிகவும் அழகா வந்திருக்குது. கூர்மையான அறிவு. துணிச்சலானவன். பார்ப்பதற்கு அவ்வளவு வசீகரமானவன் இல்லையென்றாலும்...

மஞ்சுளா: அசிங்கமானவனும் இல்லை. பரவாயில்லை.! என்னைப் பொருத்தவரைக்கும் அது போதும்.

உருவம்: ஆனால் பணிவானவன். அதிக சிக்கலெதுவும் இல்லாதவன்னு சொல்லலாம். அந்த அளவுக்கு எளிமை...

(மஞ்சுளா சிரிக்கிறாள்.)

மஞ்சுளா: ம். நான் பெங்களூருக்கு வந்து வேலைக்குச் சேர்ந்திருந்த சமயம். கொஞ்ச நாளிலேயே பிரமோத் அறிமுகம் கிடைச்சது. என்மீது அவனுக்கு ஒரு ஈடுபாடு இருந்தது. அதற்காக அவன் என்ன செய்தான், தெரியுமா? எனக்கு லூசின்னு ஒரு தோழி இருந்தா. நாங்க ரெண்டுபேரும் எப்பவும் ஒன்னாவே இருப்போம். பிரமோத் எனக்கு ஒரு கடிதம் எழுதினான். அவளுக்கும் ஒரு கடிதம் எழுதினான்.

எனக்கு எழுதின கடிதத்தை அவளுக்கு போஸ்ட் செஞ்சான். அவளுக்கு எழுதின கடிதத்தை எனக்கு போஸ்ட் செஞ்சான். தெரியாம மாற்றி போட்டுட்டமாதிரி. லூசிக்கு எழுதின கடிதம் என் கைக்குக் கிடைத்தது. அதில், நான் அவன எப்படி பாடா படுத்தறேன், எப்படி அவனுடைய வாழ்க்கையையே அமைதியில்லாம ஆக்கிட்டேன் என்பதையெல்லாம் விளக்கமா விரிவா எழுதியிருந்தான். அதுவரைக்கும் அவனுக்கு என்மீது ஈடுபாடு இருக்குதுன்னு எனக்கு தெரியவே தெரியாது.

(சிரிக்கிறாள்)

நான் –லூசி ரெண்டுபேரும் ஒன்னாவே போய் அவனைப் பார்த்தோம். அவள் *melodramatic* ஆ தனக்கு வந்த கடிதத்தை துண்டுதுண்டா கிழிச்சி, அவன் தலைமேலயே போட்டுட்டு போயிட்டா. பாக்கவே பாவமா இருந்தது. 'ஐயோ முட்டாள். நீ உன்னை பெரிய காதல் மன்னன்னு நெனச்சிட்டபோல. ஆனா பதினாலு வயசு பசங்க ஒவ்வொருத்தனும் என்னமோ புதுசா செய்யறதா நெனச்சிகிட்டு இதைத்தான் செய்வானுங்க, தெரியுமா?'ன்னு கன்னாபின்னானு திட்டிட்டேன். அவன் முகத்த பாக்கணும் – நல்லா சிவந்துபோயி, வேர்த்து விறுவிறுத்து – நொந்துபோயிட்டான். அதுக்கப்பறமா பதினைஞ்சி நாள் தலைமறைவா ஆயிட்டான்.

உருவம்: எப்படியோ நீ கெடச்சிட்ட. அதாவது, அவனுடைய திட்டத்துக்கு வெற்றி கிடைச்சிட்டுதுன்னு சொல்லு...

மஞ்சுளா: திட்டமென்ன திட்டம், மண்ணு. அப்படிப்பட்ட முட்டாள்தனமான ஒரு வேலையைச் செஞ்சிட்ட

பிறகு, தன்னுடைய மரியாதையையும் கௌரவத்தையும் காப்பாத்திக்க ஒரே வழிதான் இருந்தது. என்னை கல்யாணம் செஞ்சிகிட்டான். நானும் ஏத்துகிட்டேன்.

உருவம்: ஏத்துக்காம என்ன செய்யமுடியும், விடு? அப்படிப்பட்ட கணவன் இவ்வளவு சுலபமா உனக்கு எங்கே கிடக்கும் சொல்லு?

மஞ்சுளா: அதுவும் சரி,

உருவம்: அப்புறம் லூசி?

மஞ்சுளா: என்னோடு பேசறதயே நிறுத்திட்டா...

(இருவரும் ஒருவரையொருவர் பார்த்துச் சிரித்துக் கொள்கிறார்கள்.)

பெண்கள் அவனைப் பார்த்தால் ரொம்ப விரும்புவாங்க.

உருவம்: மாலினி?

மஞ்சுளா: அவளும்தான்! அவளும் பெண்தானே?

உருவம்: அவுங்க ரெண்டு பேருக்கும் இடையில் ரொம்ப நெருக்கம் இருந்ததா?

மஞ்சுளா: பிரமோத்குமார்னா மாலினிக்கு உயிர். அவனுக்கும் அவள்மீது ஒரு அன்பு இருந்தது. *(கொஞ்ச நேரம் நிறுத்தி)* மாலினி இருக்கிற உலகத்துல ஆண் நடமாட்டத்துக்கு இடமே இல்லை. வீட்டுக்குள்ளே அப்பாமட்டுமே ஒரே ஆண். அவரைத் தவிர மற்றபடி எல்லோரும் பெண்கள் தான். எப்போதாவது வந்துபோகிற ஆண் ஆசிரியர்கள்.

அவ்வளவுதான். பிரமோத்குமார் அவளுடைய வாழ்க்கையில் திடீர்னு நுழைந்த ஆள். மேடையை முழுக்க ஆக்கிர மித்தபடி உட்கார்ந்துவிட்டான். அவனைத் தாண்டி, ஆண்கள் உலகமே அவளுக்குத் தெரியாமல் போய்விட்டது. தெரிந்துகொள்ளவேண்டிய அவசியமும் இல்லை.

உருவம்: உனக்கு அதனால கொஞ்சம்... தகராறு ஏதாச்சிம் நடந்ததா?

மஞ்சுளா: தகராறா? நான் செய்த புண்ணியம்தான்னு சொல்லணும். அவன் ஒரு சாப்ஃட்வேர் ஆள். நாள்முழுக்க வீட்டுக்குள்ளயே உக்காந்து வேலை செஞ்சிட்டிருந்தான். வீட்டைவிட்டு வெளியேயே போக முடியாத சூழ்நிலையில அவள் இருந்தாள். அவுங்க ரெண்டுபேருடைய சுபாவங்கள் ஒன்னு சேராம இருந்ததால தப்பிச்சேன், இல்லைன்னா என் நிலைமை என்ன ஆகியிருக்கும்? *(சிரித்து)* அக்கம்பக்கத்துல ரெண்டு பெண்கள் இருந்தா பிரமோத்குமார் கொஞ்சம் உற்சாகமா இருக்கக்கூடிய ஆள்தான். நான் அவனை திருப்பதி திம்மப்பான்னு கூப்பிடுவேன்...

உருவம்: அவனுக்கும் உன்னை நினைச்சி பெருமையா இருக்கும் அல்லவா? நாவலின் வெற்றி. நாவலில் அவனுடைய பாத்திரத்தை நீ வடிவமைத்திருக்கிற விதம். இன்றைய பேச்சில் நீ அவனுக்குச் செலுத்திய நன்றிச்சொற்கள்...

மஞ்சுளா: இன்றைய பேச்சு அவன் இருக்கும் இடம்வரைக்கும் கேட்குமோ கேட்காதோ, அந்தக் கடவுளுக்குத்தான் வெளிச்சம். அதைப்பற்றிய செய்திகூட அவனிடம் போய்ச் சேராது...

உருவம்: ஏன்? என்னாச்சி? ஏதாச்சிம் பிரச்சினை இருக்குதா?

(பதில் சொல்லத் தொடங்கிய மஞ்சுளா, திடீரென வெடிப்புறப் பேசுகிறாள்)

மஞ்சுளா: ஏய், யார் நீ? என் தனிப்பட்ட வாழ்க்கையில தலையிடுகிற உரிமையை உனக்கு யார் கொடுத்தார்கள்? நீதான் நான்னு சொன்னா, இவையெல்லாமே உனக்கு ஏற்கனவே தெரிந்திருக்கவேண்டும். இல்லையென்றால், நீ ஒரு எலெக்ட்ரானிக் பிம்பம். வாய மூடிகிட்டு போன்னு உன்கிட்ட சொல்றதில எந்த நன்மையும் இல்லை. கொஞ்சம் மூஞ்சிய மூடிகிட்டாவது போகக்கூடாதா?

(மஞ்சுளா கோபத்தோடு சென்று நாற்காலியில் உட்கார் கிறாள். உருவம் அவளுடன் பேசுவதற்கு முயற்சிகள் செய்தபோதும் எதிர்வினை புரிவதில்லை. கோபத்தோடு உட்கார்ந்திருக் கிறாள்.)

உருவம்: அப்புறம்? என்ன சொல்ல நினைக்கிறாய்? சொல்லேன்...

ம், அப்புறமா?

பேசமாட்டாயா? சீ, இப்படி செஞ்சா எப்படி? இங்க பாரு, நான் உன்னிடம் கேள்விகேட்டு அறுக்கறேன்ங்கறது உண்மைதான். ஆனால், உண்மையைச் சொல்லணும்னா என்னையே நான் கேள்வி கேட்டு அறுத்துக்கறேன்.

நான் இங்கே எப்படி வந்தேன், ஏன் இங்கே இருக்கிறேன், எதுவுமே எனக்குத் தெரியலை. இந்த டிவி சதுரத்துக்குள்ள

மாட்டிக்கொண்டிருக்கிறேன். இந்தப் பெட்டி என்கிற சிறைக்குள்ளே இருக்கிறேன். அதுமட்டும் தெரியுது. *That's my existential situation. My angush...*

(மௌனம்) ஒரு காலத்துல விமர்சகர்கள் என்னை உன்னுடைய உள்ளுணர்வுன்னு சொன்னாங்களாம். உன்னுடைய மனசாட்சி. அந்தராத்மா. பழைய இந்திப் படங்கள்ள காட்டுவாங்களே... ஹீரோ பணம் திருடறதுக்காக கை நீட்டுவான். அப்ப அவனுடைய நிழல் பேசும்: 'கொஞ்சம் இரு. ரொம்ப ஆழமான படுபாதாளத்தில் விழுகிறாய். உன் அப்பாவுக்கு மருந்து வாங்குவதற்காக வைத்திருக்கும் பணம் இது. உன் அம்மாவுக்குத் தெரிந்தால், இதயம் வெடித்து இறந்துவிடமாட்டாளா? யோசித்துப் பார்!' அல்லது கண்ணாடியில் தெரிகிற பிம்பம் பேசும்.

அந்த எளிமையான நாள் இப்போது கடந்துபோய் விட்டது...

இந்தக் காலத்தில் நான் உன்னுடைய *Freudian* ஆழ்மனம். *Unconscious* இருக்கலாம். உன் விழிப்புணர்வு கசக்கியெறிந்த தடுக்கப்பட்ட விருப்பம். *Repressed material. Taboo. desires.* ஏக்கம். *Dream. A bad dream.* ஆமாம். *An interpreatation of a bad dream.*

(சிரிக்கிறாள்)

Sorry about that

(நிறுத்தி)

கிரீஷ் கார்னாட்

நான் யாரென்று நீ என்னைக் கேக்கறதுல என்ன நன்மை? நீ ஆங்கில இலக்கியம் படிச்சவள். உனக்கே தெரிஞ்சிருக் கணுமே. என்னைவிட அதிகமா.

நார்ஸிஸஸிலிருந்து தொடங்கலாமா? அவன் தன்னுடைய பிம்பத்தைப் பார்த்தான். அதையே விரும்பத் தொடங்கினான்.

உன்னைப் போல அல்ல.

இல்லையென்றால் ஆங்கில ரொமாண்டிக் இலக்கியம்? டாக்டர் ஜாகில் அண்ட் மிஸ்டர் ஹைட். டோரியன் க்ரீன் படம். அப்புறம் ஆங்கில இலக்கியத்தைக் கடந்து ரஷ்ய இலக்கியத்துக்குள் செல்வதென்றால்...

தாஸ்தாவெஸ்கி எழுதிய 'டபிள்'!

ஜாக் லாகாம் – அவன் இங்கே இருந்திருந்தா உன்னை அப்படியே வாரி கட்டி புடிச்சிருப்பான்.

(மௌனம்)

ஏய், பேசு. எதயாச்சிம் பேசு. இப்படி ஊமையப்போல உக்காந்திருக்காதே.

(நிறுத்தி)

ஓ! நீ இப்ப உலக அளவுல புகழ்பெற்ற பெரிய எழுத்தாளர். நமது இந்திய அடையாளத்தையெல்லாம் தேடவேண்டும் அல்லவா? நம்முடைய தொன்மங்கள். புராணக்கதைகள். நாட்டுப்புறக்கதைகள். பாட்டிக்கதைகள்.

சீதையையே எடுத்துக்கொள். சில ராமாயணங்களில் சீதைக்குப் பதிலாக மாயச்சீதை இருக்கிறாள். அங்கே

ராவணன் கவர்ந்துகொண்டு போவது சீதையை அல்ல, மாயச்சீதையை ... உத்தரராமாயணத்துல ராமன் சீதைக்குப் பதிலாக பொன்னால் செய்யப்பட்ட சீதையை உட்காரவைக்கிறான்.

ஆக மொத்தத்துல, ராமாயணத்து ஆண்களுக்கு உண்மையான சீதை கிடைச்சமாதிரியே தெரியலை.

(சிரிப்பு, மௌனம்)

இங்க பாரு. என்னையே பொழுதுபோக்குக்குரிய ஒரு விஷயமா மாத்திக்கிறதுக்கு நான் முயற்சி செஞ்சிட்டிருக்கேன். இது ஒரு டிவி ஸ்டுடியோ. இங்கே பொழுதுபோக்கு எங்கே கிடைக்கும்?

(திடீரென)

ஒரு கோணத்துல உன்னுடைய பிம்பமா நான் இருக்கறது நல்லதா போச்சி, அல்லவா? இதேபோல நான் உன்னிடமிருந்து வெளியே வந்து உட்கார்ந்து பேசலாம். இதுக்கு பதிலா உன் *multiple personality syndrome*ல ஒன்னா வந்திருந்தா, நான் உனக்குள்ளே இருந்திருக்கணும். அப்ப, ஒரே உடம்புக்குள்ளே இருந்துகிட்டு, நாம ரெண்டுபேரும் மோதிகிட்டே இருக்கணும். ஒருதரம் நான் பொங்கி வெளியே வந்து, நீ ஒருதரம் பொங்கி வெளியே வந்து, ஒருத்தவங்கள இன்னொருத்தவங்க மிதிச்சி துவைச்சிகிட்டு இருப்போமே தவிர – இப்படி நிம்மதியா உட்கார்ந்து அரட்டை அடிக்க வாய்ப்பு கிடைச்சிருக்காது...

(நிறுத்தி)

கிரீஷ் கார்னாட்

ஒரு அறிஞன் சொல்றான்.

Sexuality is a matter of cutting and splitting, falling apart and meeting again. It is a matter of division and recomposition. Sexulaity is double and devided.

எனக்கு இந்தக் கருத்து ரொம்ப பிடிச்ச ஒன்னு.

உனக்கு?

(மௌனம்)

வேணுமின்னா, நான் ஒரு central transcendental signified ஆ மாற தயார். அப்போது நீ என்னை deconstruct செய்து ஆராய்ச்சி செஞ்சிக்கலாம். என்னைப்பொருத்த வரையில் ஒரு தடையும் இல்லை.

ஏய், பேசேன்.

நீ பேசாம இருந்தா எனக்கு இருப்பே இல்லை...

ப்ளீஸ்

(கோபத்தோடு உட்கார்கிறாள். உருவம் மஞ்சுளாவின் மறுவடிவத்தைப் போலவே காணப்படுகிறது. ஒன்றிரண்டு கணங்கள் இருவரும் ஒரே பிம்பத்தின் இரண்டு பிரதிகளைப்போலத் தோன்றுகிறார்கள். பிறகு)

மஞ்சுளா: சரி போகட்டும், என்ன வேணும் உனக்கு?

உருவம்: *(மகிழ்ச்சியோடு மூச்சை இழுத்து)* அப்பா! என்னாச்சி உனக்கு? நான் என்ன செஞ்சேன்? உன்னுடைய பேச்சு அவனிடம் போய்ச் சேராதுன்னு நீயேதான் சொன்னாய்.

ஏன்னு நான் ஒரு கேள்வி கேட்டேன். அவ்வளவுதான். இப்படி கோபிச்சிக்கிற அளவுக்கு –

மஞ்சுளா: இல்லை. இன்றைய என் பேச்சைப்பற்றிய செய்திகூட அவனிடம் போய்ச் சேராது. ஏனென்றால், பிரமோத் இப்ப இந்தியாவிலேயே இல்லை. அமெரிக்காவில் இருக்கிறான்.

உருவம்: ஆ? எப்ப போனான்?

மஞ்சுளா: போய் ஒரு வருஷத்துக்கும் மேல ஆயிடுச்சி. இப்ப லாஸ் ஏஞ்சல்ஸில இருக்கான். அங்கயே செட்டிலாயிட்டான்.

உருவம்: நாவலைப் படிச்சானா இல்லையா?

மஞ்சுளா: ஐரோப்பாவில் நாவலுக்கு நல்ல வரவேற்பு கிடைச்சது. அதனால அமெரிக்காவில நாவல் வெளியீடு நல்லா தடபுடலா நடந்தது. நான் நியுயார்க்குக்கு போயிருந்தேன். அப்ப ஒரு மெயில் அனுப்பி வாழ்த்து சொல்லியிருந்தான். வரமுடியாத சூழல்ல இருக்கேன். சாரி, லீவ் கிடைக்காதுன்னு எழுதியிருந்தான்.

உருவம்: நீ லாஸ் ஏஞ்செல்ஸ்க்கு போயிருக்கலாமே?

மஞ்சுளா: அவன் அந்த விஷயத்தைப்பற்றியே பேசலை.

உருவம்: மெதுவா, மெதுவா. எந்த விஷயம் முதலில் நடந்தது, எந்த விஷயம் அதுக்கப்பறம் நடந்ததுன்னு இப்ப எனக்கு புரியறமாதிரி இருக்குது. கொஞ்சம் தெளிவா சொல்லு.

மஞ்சுளா: சரி, தெளிவாகவே சொல்றேன். மாலினி உயிரோட இருக்கும்போதே அமெரிக்கன் ஸாஃப்ட்வேர்லேருந்து

பிரமோத்துக்கு *offer* வந்திருந்தது. அந்த விஷயத்தைக் கேட்டு மாலினி பார்க்கறதுக்கு சிரிச்சிகிட்டே இருந்தாலும் மனசுக்குள்ள கவலையோடுதான் இருந்தா. அவள் இன்னும் அதிக காலம் உயிர்வாழமாட்டாள்னு எங்க எல்லாருக்குமே தெரிந்திருந்தது. அவனும் அவளுக்காகவே தள்ளித்தள்ளிப் போட்டுவந்தான். அவள் இறந்துபோனாள். அவள் போன நாலைஞ்சு வாரத்துக்குள்ளேயே நான் நாவலை எழுதிமுடிச்சேன். பிரிட்டனில் இருக்கிற ஏஜென்ட் ஒருத்தருக்கு அனுப்பிவச்சேன். ஆச்சரியமூட்டும் அளவுக்கு, ரொம்ப சீக்கிரமா பதில் வந்தது. பதிப்பாசிரியர் சம்மதம். ஒரு பெரிய தொகையை முன்பணமா அனுப்பிவச்சிருந்தாங்க! அத்துடன் என் விவாக வாழ்க்கை உடைந்துபோய் விட்டது.

அதுல ஒரு ஆச்சரியமும் இல்லைன்னு இப்ப தோணுது, அதுவரைக்கும் நான் பிரமோத்துடைய மனைவியா இருந்தேன். அவனோடு ஒட்டி உறவாடி வாழ்ந்தேன். அவனே எனக்கு ஆதாரமாக இருந்தான். திடீர்னு எல்லாமே தலைகீழா மாறிடுச்சி. எனக்கு, எனக்குமட்டுமேயான ஒரு இடம் கிடைச்சது. அத்தோடு பேர், புகழ், செல்வம்.! அதை அவனால் தாங்கிக்கொள்ள முடியலை. கௌம்பிப் போயிட்டான்.

(மௌனம்)

அவனுடைய நடவடிக்கைகள் எல்லாமே மாறிபோயிடுச்சி. நானும் விருதுவழங்கும் விழாக்கள், பொதுமக்கள் பாராட்டுவிழாக்கள், விவாதம், சொற்பொழிவு – இப்படி

முழுகிப்போயிட்டேன். அந்தமாதிரி விஷயத்துலயெல்லாம் அவன் எப்பவும் கலந்துகிட்டதில்லை. அது சரி, ஒருநாள் லூசி போன் பண்ணினா. லூசி. தெரியுதா? என் தோழி. கடித விஷயத்தில அடிபட்ட லூசி. அவள் கல்யாணம் செஞ்சிக் காமலேயே தனியா வாழ்க்கை நடத்திவந்தா. அவள்தான் போன் பண்ணினா. நான் இலக்கியக்கூட்டங்களுக்கு போகிற சமயங்களிலெல்லாம் பிரமோத் போன் பண்றான், எங்கயாவது நல்ல ரெஸ்டாரண்டுக்கு அழச்சிட்டு போறான்னு சொன்னாள்.

உருவம்: அவுங்க ரெண்டு பேருக்கும் இடையில ஏதாவது விவகாரம் நடந்ததா?

மஞ்சுளா: சீச்சீ. அப்பபடியெல்லாம் அவனால நடக்கமுடியாது. அப்படி ஏதாச்சிம் அவுங்க ரெண்டுபேருக்கும் நடுவுல நடந்திருந்தா எனக்கும் கொஞ்சம் நிம்மதியா இருந்திருக்கும். வீட்டுல கொஞ்சம் பதற்றம் குறைந்திருக்குமோ என்னமோ. ஆனால் பிரமோத் அப்படி நடந்துக்கிற ஆணே இல்லை.

உருவம்: அப்புறம் எதுக்கு அவளைச் சந்திச்சிட்டிருந்தான்? உன்னைப்பற்றி புகார் சொல்லிட்டிருக்கவா?

மஞ்சுளா: என்னைப்பற்றியே பேசமாட்டானாம்.

உருவம்: அப்புறம்?

மஞ்சுளா: வெறும் ஜோக்ஸ் சொல்லிட்டே இருப்பானாம்.

உருவம்: என்ன?

மஞ்சுளா: ஆமாம். ஜோக்ஸ். அப்புறம் வேற விஷயங்களைப்பற்றியும் பேசுவானாம். ஆனா எந்த விஷயமா இருந்தாலும், கடைசியா ஒரு ஜோக் இருக்குமாம். முதலிலேயே நல்லா யோசிச்சி, பாலிஷ் போட்டு, தயாரா வச்சிட்டிருக்கிற ஜோக்ஸ்.

உருவம்: *பாலியல் ஜோக்ஸா?*

மஞ்சுளா: *ஐயோ, ஐயோ! அவன் அப்படிப்பட்ட ஆளே இல்லை. சாஃப்ட்வேர் இன்டஸ்ட்ரியப் பற்றிய ஜோக்ஸ், டாட்.காம் பற்றிய ஜோக்ஸ், பில் கேட்ஸ், இன்போஸிஸ், விப்ரோ பற்றிய ஜோக்ஸ். ஸைபர் ஜோக்ஸ். ஒன்னு கூட போரடிக்கிற ஜோக்ஸ் கிடையாது. போதும்போதுங்கற அளவுக்கு சிரிக்கவைக்கிற ஜோக்ஸ்னு சொன்னா. ஆனா, எதுக்காக இதையெல்லாம் சொல்றான்னு தெரியாம பயந்துபோய் போன் பண்ணினா. வீட்டுல என்னிடமும் ஜோக்ஸ்லாம் சொல்வானான்னு கேக்கறதுக்காக. நான் இல்லைன்னு சொன்னேன். 'அப்படின்னா தயவுசெஞ்சி நான் கேட்டேன்னு அவனிடம் சொல்லிடாதே. நான் அந்த ஜோக்ஸ் எல்லாத்தயும் எஞ்சாய் பண்றேன். உனக்கு எந்த ஆட்சேபணையும் இல்லைன்னா எனக்கும் எந்த ஆட்சேபணையும் கிடையாது' ன்னு சொன்னா. அதற்கப்புறம் அவள் போன் பண்ணவே இல்லை...*

(மௌனம்)

வீட்டுலயும் அப்படித்தான். ஒருநாள் திடீர்னு 'நாம் அந்த நர்ஸ மறுபடியும் ஏன் வேலைக்கு வச்சிக்கக்கூடாது'ன்னு கேட்டான்.

உருவம்: எந்த நர்ஸ்?

மஞ்சுளா: மாலினியை பார்த்துகிட்டிருந்தாளே, அந்த நர்ஸ். 'முன்புபோல அவள் ஒரு நாளைக்கு ஒருதரம் வந்துட்டு போகலாமில்லையா?'ன்னு கேட்டான். 'நர்ஸ் ஏன் வரணும்? மாலினிதான் செத்துப்போயிட்டா. நம்ம ரெண்டுபேருக்கு இப்ப என்ன குறைச்சல்?'ன்னு கேட்டேன். பதில் எதுவும் சொல்லாம உள்ளங்கையையே பார்த்துகிட்டிருந்தான். அப்புறம் கௌம்பிப் போயிட்டான்.

உருவம்: அதாவது மாலினி இல்லாம தனிமையில் இருந்தான். உன் குடும்பவாழ்வு சீர்குலையக் காரணம் உன் இலக்கிய வெற்றி இல்லை, மாலினி!

மஞ்சுளா: அதுவும் உண்மைதான். நான் இல்லாத நேரங்களில் இந்த வீட்டை அவள் கட்டியாண்ட விதம் ரொம்ப அப்பாவித்தனமானதுன்னு என்னால சொல்லமுடியாது.

உருவம்: அவள்மீதுமட்டும் முழுக்கமுழுக்க பழி சுமத்தமுடியாது. உனக்கும் அதுல பங்கிருக்குது.

மஞ்சுளா: அது எப்படி?

உருவம்: நீ நாள்முழுக்க கல்லூரியில இருக்கிற ஆள். வீட்டுக்கு வெளியே.

மஞ்சுளா: *(கோபத்தோடு)* நான் அங்கே உழைப்பதற்காக போறேன். சும்மா விளையாடறதுக்கு போகலை.

உருவம்: வீட்டுவேலை செய்ய ஒருத்தி வருவா. வேலையை முடிச்சிட்டு போயிடுவா. சமையல்காரி வருவா. சமையல்

வேலையை செஞ்சி முடிச்சிட்டு போயிடுவா. நர்ஸ் வருவா. அவளும் அப்படித்தான். வந்த வேலையை முடிச்சிட்டு போயிடுவா. அதத் தவிர நாள்முழுக்க அவுங்க ரெண்டே பேர்தான்.! அவள் அழகா இருப்பாள்னு நீ சொல்லி யிருக்கே.

மஞ்சுளா: வெயிலே படாத மேனி. பளபளன்னு மின்னக்கூடிய உடல்நிறம். அவளுடைய நிலைமையில பல நோயாளிங்க பருத்து தடிமனா மாறிடுவாங்களாம். சக்கர நாற்காலியோடு கட்டிப்போட்டமாதிரி இருக்கிற இருப்புக்கு சலிச்சிப்போய் கன்னாபின்னான்னு சாப்பிட ஆரம்பிச்சிடுவாங்களாம். ஆனால் மாலினிக்கு சலிப்புன்னா என்னன்னே தெரியாது. எப்பவுமே சுறுசுறுப்பு. அசைவுகள் இருக்கிற பகுதிகளில் எப்பவுமே அற்புதமான ஒரு பொலிவு இருக்கும். குரல்கூட இனிமையாக இருக்கும். அப்ஸரைபோல அழகா இருந்தா என் தங்கை.

உருவம்: சிலைபோன்ற உடற்கட்டு. சின்னதாக இருந்தாலும் மலர்ந்துநின்ற ரோஜா. அவளுக்கு உடல் துவட்டிவிடும்போது, உடைமாற்றிவிடும்போது, அவளுடைய உடற்கட்டோடு நீ உன் உடற்கட்டை ஒப்பிட்டுப் பார்த்திருப்பாய் அல்லவா?

மஞ்சுளா: அப்படிப்பட்ட நேரத்தில் அவள் வேறு எங்கேயோ பார்வையைப் பதிச்சமாதிரி முகத்தைத் திருப்பி வச்சிக்குவா.

உருவம்: உன் கண்ணில் வழியும் வெப்பத்தைத் தாங்க முடியாததாலோ என்னமோ?

மஞ்சுளா: அப்படின்னா? எனக்கு வயிற்றெரிச்சல் இருந்ததுன்னு சொல்றியா? கிடையாது. இடுப்புக்குக் கீழே எந்த உயிர்ப்பும்

அவளிடம் கிடையாது. அசைவும் கிடையாது. உடலள விலான உறவு என்பது சாத்தியமே இல்லை.

உருவம்: உடலுறவு என்றால் என்ன என்பதற்கு ஒவ்வொருவரும் ஒவ்வொரு வகையில் விளக்கம் கொடுக்கலாம் அல்லவா?

(மௌனம்)

மஞ்சுளா: சரி, ஒப்புக்கொள்கிறேன். எனக்கு கொஞ்சம் சங்கடம் இருக்கத்தான் செய்தது. மனம் கொதித்தது. அந்தக் கொதிப்புலதான் இந்த முத்து பிறந்து வந்ததுன்னு சொல்லலாமா? அவுங்க ரெண்டுபேருக்கு நடுவில என்ன நடந்திருக்கலாம்? சும்மா பேச்சுதான்னு சொன்னாலும் அது எப்படிப்பட்ட பேச்சு?

(சிறிது மௌனம்)

நானும் வேறுவேறுவிதமான வழிமுறைகளையெல்லாம் கையாண்டு பார்த்துட்டேன். முதலிலெல்லாம் நான் கதவைத் திறந்து உள்ளே போகும்போது, அவன் தன் வேலைமேசையோடு ஒட்டிக்கொண்டிருப்பான். வேறு எந்த சிந்தனையும் இல்லாதபடி வேலையில் மூழ்கியிருப்பான். அவள் தன் மடிக்கணினியிலோ புத்தகத்திலோ மூழ்கிப் போயிருப்பாள். ஆனால் எந்த அளவுக்கு வேலையில் மூழ்கியிருந்தாலும் என்னைப் பார்த்ததும் திரும்பி புன்னகைக்க மறப்பதே இல்லை. சத்தமே காட்டாமல், கதவை திறந்துகொண்டு உள்ளேபோய் அவுங்க முன்னால நிற்கும்போது, அவுங்க ரெண்டுபேருமே உற்சாகமாக பேசிட்டிருப்பதைப் பார்த்திருக்கிறேன். என்னைக் கண்டதும் அவுங்களுடைய உரையாடல் நின்னுபோகும்.

ஆனால் ஒரே ஒரு கணம்தான்., மறுகணமே மாலினி நின்னுபோன பேச்சை எந்தத் தயக்கமும் இல்லாம தொடர்ந்து பேசுவாள். என்னையும் அந்த உரையாடலுடன் இணைச்சிக்குவா. எல்லாச் சமயங்களிலும் அவள்தான் அந்த முயற்சியைச் செய்வாள். பிரமோத் ஒருநாளும் இந்தப் புத்திசாலித்தனத்தைக் கற்றுக்கொண்டதில்லை. சில சமயங்களில் இது என் வீடே இல்லையோன்னு தோன்றும். வெய்ட்டிங் ரூம்...

உருவம்: அப்படி என்னதான் பேசிட்டிருந்தாங்க? ஒருநாள் அல்ல, ரெண்டுநாள் அல்ல, ஆறு ஆண்டுகள். அவ்வளவு காலமும் சும்மா பேசிட்டுமட்டும்தான் இருந்தாங்கன்னு சொல்றது நம்புவதற்கு சாத்தியமில்லாத விஷயம்.

மஞ்சுளா: ஒருநாள் நான் சத்தமே காட்டாம கதவை திறந்துட்டு உள்ளே வந்தேன். உள்ளே சண்டை நடந்துகிட்டிருந்தது. புருஷன்பொண்டாட்டிக்குள்ள நடக்குமே அந்த வகையிலான சண்டை. அவள் மனித குலத்துக்கு சொல் என்பது எவ்வளவு மகத்துவபூர்வமானதுன்னு விவாதம் பண்ணிட்டிருந்தா. அவன் எலெக்ட்ரானிக் உருவத்தின் சார்பாகப் பேசிட்டிருந்தான். மனிதகுல வளர்ச்சிக்கு எது நன்மைமிக்கது, எது தீமைமிக்கது! இந்த விஷயத்துல சண்டை போடும் அளவுக்கு என்ன இருக்கிறதுன்னு நெனச்சிகிட்டே நான் சாதாரணமா உள்ளே நுழைந்தேன். ரெண்டுபேரும் அதிர்ச்சியடைந்துட்டாங்க. என்னமோ கள்ள உறவு கொண்ட சமயத்துல நான் நடுவில் புகுந்ததைப் போல திகைத்துப் போய்ட்டாங்க. எனக்கும் குழப்பமாய்ட்டுது. ஆனால் மாலினிதான் உடனே சமாளிச்சி சிரித்துக்கொண்டே 'வா

அக்கா, உன் கருத்து என்னன்னு சொல்'னு கேட்டாள். அப்புறம், நான் இந்த விஷயத்தை மீண்டும்மீண்டும் சோதித்துப் பார்க்க நினைக்கவில்லை. அவுங்களுக்கு நான் வந்து போகிற டைம்டேபிள் நல்லா தெரிஞ்சிருந்தது.

உருவம்: மாலினி உங்க வீட்டுக்கு வந்தா. அதனால பிரமோத் உன்னோடு படுக்கையைப் பகிர்ந்துகொண்டதில் ஏதேனும் மாற்றம் இருந்ததா?

மஞ்சுளா: ஏன் இருக்கணும்? அவனுக்கு ஒன்னும் இடுப்புக்குக் கீழே செயல்படாத தன்மை எதுவும் இல்லையே.

(சட்டென)

இவ்வளவு நேரத்துக்கு இடைவேளை விட்டிருக்கணும் இல்லையா? இன்னும் எவ்வளவு நேரத்துக்குத்தான் இங்க இப்படி உள்ளயே அடச்சி வச்சிருப்பாங்களாம்?

உருவம்: நீ உன் படுக்கையைப்பற்றி பேசிட்டிருந்தே.

மஞ்சுளா: ஆனா எத்தனையோ முறை எனக்கு தோணியிருக்குது. என்னை காதலிச்சதுக்காகவாவது அவன் என்னுடைய இடத்துல அவளை வச்சி பாத்துக்கறானோ என்னமோன்னு தோணியிருக்குது.

உருவம்: அப்புறம் பக்கத்து அறையில உன் தங்கை உங்க ரெண்டுபேரப் பற்றியும் யோசிச்சி பொலம்பிட்டிருந்தாள்.

மஞ்சுளா: மூணு பேருமே ஒருவகையில வேதனையோடு தான் வாழ்ந்துட்டிருந்தோம்ங்கறத ஒத்துக்கறேன். அந்தக் கொதிப்பு, கவலை – அதுதான் என் நாவலுடைய கரு. விமர்சகர்கள் அதைத்தான் மெச்சி பாராட்டினாங்க.

கிரீஷ் கார்னாட்

உருவம்: *அந்த வேதனைக்குப் பொருத்தமா – டி.எஸ்.எலியட் objective correlative ன்னு சொல்றான் – ஒரு பொருளின் நிழல்வடிவம் கிடைச்சிட்டுதுன்னு இலக்கிய விமர்சகர்கள் பாராட்டியிருக்கலாம்.*

மஞ்சுளா: *நாவல் விற்பனையாச்சே?*

உருவம்: *நீ இந்த நாவலை எழுதிட்டிருக்கறது மாலினிக்கு தெரியுமா?*

மஞ்சுளா: *எப்படி தெரியும்? நாவல் எழுதணும்ங்கற எண்ணம் எனக்கே அப்ப இருந்ததில்லையே. ஒருபக்கம் ஆங்கில ஆசிரியரா கல்லூரியில் வேலை செஞ்சிட்டிருந்தேன். இன்னொருபக்கம் வீட்டுக்குள்ள என் தங்கை. அவள பாத்துக்கக்கூடிய முழுப் பொறுப்பும் என் தலைமேல். அப்புறம் கணவன், அசல் இந்தியக் கணவன். நல்லவன். ஆனால் எந்த வேலைக்கும் பொருத்தமில்லாதவன். உட்கார்ந்து எழுத எங்கே நேரமிருந்தது? எழுத்து முயற்சிக்குத் தேவையான நிம்மதி எங்கே இருந்தது? Poetry, as you know, is emotion recollected in tranquility.*

உருவம்: *ஆனால் ஒருமுறை அந்த tranquility கிடைச்சதுக்கப்புறம் ரொம்ப வேகவேகமா எழுதியிருக்கணும்.*

மஞ்சுளா: *அதான் சொன்னேனே, நான் எழுதுகிறேன் என்கிற சுய உணர்வே என்னிடம் இல்லை. அது தானாகவே பொங்கி வந்தது. வெள்ளம்போல பொங்கி வழிஞ்சது.*

உருவம்: *ஒத்துக்கொள்ளவேண்டிய விஷயம். அவள் இறந்துபோன இரண்டு வார இடைவெளிக்குள் நீ நாவலை எழுதி,*

திருத்தி, அச்சடித்து, பிரிட்டிஷ் இலக்கிய ஏஜெண்டுக்கு அஞ்சல்மூலம் அனுப்பிக்கூட வைத்துவிட்டாய். இரண்டு வார இடைவெளிக்குள் அச்சிலே வரக்கூடிய அளவுக்கு முந்நூற்றியைம்பது பக்கங்கள். சாதாரணமான வேலை அல்ல அது.

மஞ்சுளா: எழுதி எழுதி என் கைவிரல்கள் தேய்ந்துபோய்விட்டன.

உருவம்: *Guinness Book of World Records*க்கு பொருத்தமான விஷயம். உனக்கும் தெரிஞ்சிருக்கலாம். இந்தியாவிலிருந்து கின்னஸ் புத்தகத்துக்காக விண்ணப்பங்கள் எழுதப்படுகிற அளவுக்கு இந்த உலகத்தில் வேறு எந்த நாட்டிலிருந்தும் எழுதப்படுவதில்லை. உலக சாதனையை நிகழ்த்துவதிலேயே உலக சாதனையை நிகழ்த்த விரும்புகிற நாடு நம்முடையது.!

மஞ்சுளா: *(கோபத்தோடு)* ஏய், என்ன பேச்சு பேசுகிறாய்? போதும் நிறுத்து, உன் குத்தல் பேச்சையும் குரூரத்தையும்.

உருவம்: எப்படிப்பட்ட அற்புதமான திறமை! ரெண்டே ரெண்டு வாரத்துக்குள்ளே ஒன்றரை லட்சம் வார்த்தைகளைக் கொண்ட படைப்பு. ஒருநாளைக்கு பத்தாயிரம் சொற்கள்! வெறும் அகத்தூண்டுதல் அல்ல அது. அது ஒருவகையான வெள்ளம். சொற்களால் ஆன வெள்ளம். பெருக்கெடுத்தோடி வந்த வெள்ளம். தடையில்லாத ஓட்டம்.

மஞ்சுளா: *(வெடித்து)* சும்மா இரு. ஒத்துக்கொள்கிறேன். அந்த நாவலை நான் எழுதவில்லை. என் தங்கை – மாலினி – எழுதியது. அதில் உள்ள ஒவ்வொரு எழுத்தும் அவள் எழுதியது.

உருவம்: *(குழம்பியதைப்போல)* ஓ!

கிரீஷ் கார்னாட்

மஞ்சுளா: கொஞ்ச நாளைக்கு முன்னால திடீர்னு அவளுடைய ஆரோக்கியம் சரியத் தொடங்கியது. அன்றுமுதல் நிரந்தரமா லேப்டாப்ல என்னமோ எழுத ஆரம்பிச்சா. என்னமோ எழுதறாள்னு தெரிஞ்சது. ஆனால், அப்பொழுதெல்லாம் என் வேலை எனக்கு. அவள் செத்துப்போன பிறகு அவள் பெட்டியில அந்தக் கையெழுத்துப் பிரதி கிடைச்சது. எடுத்துப் படிச்சேன்.

(நிறுத்தி)

படிச்சி, நிலைகுலைஞ்சி போனேன்.

உருவம்: பொறாமையூட்டுகிற திறமை. உயர்ந்த தரமான படைப்பு. நீ அப்படிப்பட்ட படைப்பை எழுதுவதை உன்னால் கற்பனையில்கூட நினைத்துப் பார்த்திருக்கமுடியாது. அந்த அழகு, கச்சிதமான சொற்கட்டு, மனத்தைப்பற்றிய நுட்பமான அவதானிப்பு, உணர்ச்சிப்போராட்டங்கள். எல்லாவற்றையும் இணைத்து அழகாக முன்வைக்கும் கட்டமைப்பு. *A work of genius.*

மஞ்சுளா: நான் பிரிட்டிஷ் கவுன்சில் நூலகத்துக்குப் போனேன். அங்கே லைப்ரரி ஏஜென்ட்ஸ் விவரங்களைத் தேடிப் பார்த்து எடுத்துக்கொண்டேன். அவர்களில் ஒருவருக்கு அந்தப் பிரதியை அனுப்பிவைத்தேன். அவரிடமிருந்து பதில் வரும் என்கிற எதிர்பார்ப்பெல்லாம் எனக்கு இருக்கவில்லை. ஆனால் ஆச்சரியமூட்டும்வகையில் அது உடனடியாக வந்துவிட்டது. அதோடு முடிந்துவிட்டது.!

உருவம்: ஏன், என்னாச்சி?

மஞ்சுளா: பிரமோதிடம் நான் படிச்சிப்படிச்சி சொன்னேன். ஆனால் அவன் காதுகுடுத்து கேக்கவே தயாரில்லை. என்னை ஒரு குற்றவாளி என்றே அவன் முடிவுகட்டிவிட்டான்.

உருவம்: அது சரி, நீ அந்த நாவலைத் திருடிய பிறகு ...

மஞ்சுளா: நான் திருடவில்லை ...

உருவம்: அட, நீதானே சொன்னாய் ...

மஞ்சுளா: கையெழுத்துப் பிரதியின் மீது மாலினி தன் பெயரை எம்.நாயக் என்று எழுதியிருந்தாள். நான் என் கடிதத்தில் மஞ்சுளா நாயக் என்று கையெழுத்து போட்டிருந்தேன். நாங்க ரெண்டுபேருமே ஒரே ஆள்னு அந்த ஏஜெண்ட் நினைச்சிருக்கலாம். அவனுடைய பதில் பிரமோத்துடைய கம்ப்யூட்டருக்குத்தான் வந்திருந்தது. நான் கன்னட எழுத்தாளர். எனக்கு எங்கிருந்து கிடைக்கப்போகிறது கம்ப்யூட்டர்? பிரமோத் அந்தப் பதில் கடிதத்தை அச்சிட்டு எனக்காக சமையல் மேசைமேல் வச்சிருந்தான். நான் அந்த ஈமெயிலைப் படிச்ச சமயத்துல அவன் என் பின்னாலேயே நின்னுட்டிருந்தான். என்னையே உற்றுப் பார்க்கிறான் என்பது எனக்குப் புரிந்தது. என்னுடைய எதிர்வினை என்னன்னு தெரிஞ்சிக்கறதுக்காகக் காத்திருந்தான். அவனைப் பார்த்து, நேருக்கு நேராகவே, 'நான் அவள் படைப்பைத் திருடிட்டேன்னு குற்றம் சுமத்தப் போகிறாயா? என் அன்புள்ள தங்கை எழுதிய நாவலைத் திருடும் அளவுக்கு மட்டமானவள்னு நினைத்துக்கொண்டாயா'ன்னு கேட்கும்படி ஆகிவிட்டது. அவன் தனக்கு அப்படி எதுவும் தோன்றவே இல்லைன்னு சொன்னான். 'ஒரு

இங்கிலீஷ்காரன் செஞ்ச தப்பை என்மீது போடலாம்னு நெனச்சிட்டியா? சொல்லு. பேசாம வாய முடிக்கொண்டு ஏன் நிக்கற?'ன்னு கேக்கலாம்னு நெனைச்சேன்.

ஆனா என் வாய்லேருந்து வந்த வார்த்தைகளே வேறு. 'அந்த ஈமெயிலை சமையல்கட்டு மேசைமேல கொண்டுபோய் ஏன் வச்சே?' ன்னு கேட்டேன். என்ன பதில் சொல்றதுன்னு தெரியாம அவன் அதிர்ச்சியில உறைஞ்சிபோய் நின்னான். என்னமோ சொல்லப்போய், எப்படியோ அவசரப்பட்டுட்டேன். இனிமேல் பின்வாங்குவது என்பது முடியாத காரியம். 'எனக்குன்னு ஒரு துறை இருக்குது. நான் வேலை செய்றதுக்குன்னு ஒரு மேசை இருக்குது, தெரியாதா?'ன்னு சத்தம் போட்டேன். அவன் 'ஐ ஆம் ஸாரி'ன்னு சொன்னான். அந்த ஈமெயிலை எடுத்துச் சென்று என் மேசைமேல வச்சான். "சரிதானா?"ன்னு கேட்டான். அவ்வளவுதான். நான் என்ன சொல்ல நினைச்சேன்னு அவனுக்குத் தெரிஞ்சிருந்தது. ஆனா, அதைப்பற்றி எதுவுமே தெரியாதவனைப்போல நான் வாயால சொன்ன வார்த்தையையே புடிச்சிகிட்டான். அதுக்கப்பறம் நாங்க ரெண்டுபேரும் அந்த விஷயத்தைப்பற்றி பேசவே இல்லை. வீட்டுக்குள்ள சுடுகாட்டு அமைதி நிலவியது. நாங்கள் மௌனத்திலேயே மூழ்கிப் போய்விட்டோம்.

'நாம் அந்த நர்ஸ மறுபடியும் ஏன் வேலைக்கு வச்சிக்கக் கூடாது'ன்னு ஒருநாள் கேட்டானே, அதுதான் என்னோடு அவன் பேசிய கடைசி பேச்சு. அதுக்கு அவனைத் தவிர்க்கிறமாதிரி என்னமோ ஒரு பதிலைச்

சொன்னேன்ங்கறது உண்மைதான். ஆனால் நாங்க ரெண்டு பேரும் ஒருத்தவங்களை ஒருத்தவங்க பார்த்துக்கும்போது ஒருகணம் மாலினியின் வாசனையே அந்த அறைமுழுக்க நிரம்புகிறமாதிரி இருந்தது. அவளுடைய மலம், மூத்திரம், வியர்வை, இருமல் சத்தம், மருந்துகள் வாடை, அவள் பயன்படுத்துகிற *perfumes, disinfectionants* கள் எல்லாமே ஒன்னொன்னா வந்து அறையை நிரப்புகிறமாதிரி இருந்தது. மாலினி செத்துப்போய் பல வாரங்களுக்குப் பிறகு, இப்படி நடந்தது.

அதுக்குள்ள ராயல்டி முன்பணத்தொகையைப்பற்றிய விவரம் வெளியாகிவிட்டது. அதுக்கப்பறம் என்ன சொல்றது? ஒரே ஆர்ப்பாட்டம்தான். எதுவும் செய்யமுடியாத சூழல். எல்லாமே கைமீறிப் போய்விட்டது.

(நீண்ட மௌனம்)

உருவம்: *(மெதுவாக)* சும்மா கதையளக்காதே! அவள் எம். நாயக்னு கையெழுத்துப் போட்டிருந்தாளா என்ன? நீ மஞ்சுளா நாயக்னு கையெழுத்து போடறியா? அந்த இங்கிலீஷ் ஏஜெண்ட் உங்க ரெண்டுபேரயும் ஒரு ஆளா புரிஞ்சிகிட்டானா? சுத்த மெலோட்ராமா! நீ கன்னடத்துல எழுதற சிறுகதையைப் போல இருக்குது.

(நீண்ட மௌனம்)

மஞ்சுளா: அவள் செத்துபோன பிறகு அவள் பெட்டியை திறந்து பார்த்தேன். பேங்க் பில்களைத் தவிர வேறு எதுவும் இல்லை. எல்லாமே மாயமா மறைஞ்சி போச்சி. எல்லாமே

தானா எப்படி காணாம போவும்? பிரமோதுடைய ஆபீஸ்க்கு ஓடினேன். அவனுடைய மேசை டிராயர தெறந்து பார்த்தேன். அங்கே வெறும் ஃப்ளாப்பிகள் மட்டுமில்லை, நாவலுடைய பக்கங்களையெல்லாம் அழகா ப்ரிண்ட் எடுத்து அடுக்கி வைக்கப்பட்டிருந்தது அவன் மறைச்சி வச்சிருந்தான். ம்ஹூம். மறைச்சி வச்சிருக்கறதா நெனச்சிகிட்டு என்னமோ ஒரு முயற்சி செய்திருக்கான். ஆனால், அவனுக்கு அந்த அளவுக்கு திறமை இல்லை. அந்த நாவல் தன் டிராயரிலிருந்து காணாம போயிடுச்சிங்கற விஷயம்கூட, ஏஜென்ட்டிடமிருந்து ஈமெயில் வந்தபோதுதான் அவன் தெரிஞ்சிகிட்டான்! ...நான் அங்கேருந்து அந்த பேப்பர்ங்களையெல்லாம் எடுத்துக்கொண்டுபோனேன். படிச்சேன்.

உருவம்: படிச்சிப் பார்த்து திகைச்சி போயிட்டே. பொறாமை ஊட்டுகிற வகையில் அமைந்த எழுத்து. உயர்ந்த தரத்தில் உள்ள படைப்பு. A work of genius. இப்படி... இப்படி...

மஞ்சுளா: அந்தப் பக்கங்களில் விஷமல்ல, ஆலஹால நஞ்சே கொதிச்சிட்டிருந்தது. அதில் இருந்த அண்ணியின் பாத்திரம் என்னைத்தான் குறிக்கிறதுங்கறதுல சந்தேகமே இல்லை. எந்த விதமான தந்திரபுத்தியும் இல்லாமல், திறமையைப்பற்றிய பீற்றலும் இல்லாமல், சாதாரணமாக நடமாடிக்கொண்டிருக்கிற பெண் நான். பொறாமையில் வயிறெரிகிற புத்தி, பணத்துக்காக தங்கையை வீட்டுக்குள் வைத்திருக்கிற பேராசை. என்னை உருவகித்து உருவான

அந்தப் பாத்திரம் உயிரோட்டம் மிகுந்ததாக இருந்தது. ஆனால் எழுத்தில் வெளிப்படையாக எந்த இடத்திலேயும் அது தெரியவில்லை. வசைச்சொற்கள் இல்லை. நேர்மையின்மையைப்பற்றிய அடையாளம் இல்லை. குதூகலம் கொடுக்கிற வர்ணனைகள் இல்லை. நடந்துபோன நிகழ்ச்சிகளை நடந்தவிதமாகவே எழுதியிருந்தாள். பேசிய பேச்சை பேசியவிதமாகவே எழுதியிருந்தாள். நான் எதையுமே மறுக்கும்படி இல்லை.

உருவம்: இந்தக் காரணத்துக்காகவே கூட, பிரமோத் அந்த நாவலை உன் கண்ணில் படாமல் மறைத்துவைத்திருக்கலாம் அல்லவா?

மஞ்சுளா: அல்லது அந்தப் பகுதிகளை இருவரும் சேர்ந்துதான் எழுதினார்களோ என்னமோ? யாருக்குத் தெரியும்? அவனும் சில விஷயங்களை எடுத்துக் கூறியிருக்கலாம். விவரங்களைத் திருத்தியிருக்கலாம். இருவரும் சேர்ந்து படித்துப் பார்த்து சிரித்திருக்கலாம். பிரமோத் உண்மையிலேயே நான் நினைத்திருந்த அளவுக்கு எளிமையானவனாகவும் யோக்கியமானவனகவும் இருந்தானா? அல்லது, எனக்குத் தெரியாமல் மறைத்துவைத்திருந்த தன் உண்மையான முகத்தை அவளுக்குமட்டும் காட்டினானோ என்னமோ?

தான் எழுதியது பிரசுரமாகும், வீட்டுக்கு வெளியில் உள்ள வாசகர்களை அது சென்று சேரும் என்று நினைத்திருப்பதற்கே சாத்தியமில்லை என்னும்போது அவள் அந்த நாவலை ஏன்

எழுதினாள்? நான் படிக்கணும்ங்கறதுக்காக எழுதியிருக்கலாம். இல்லாவிட்டால், அவுங்க ரெண்டுபேருக்கும் மட்டுமேயான பொழுதுபோக்குக்காகக்கூட எழுதியிருக்கலாம்..!

படிச்சிட்டிருக்கும்போதே— இடி இறங்கியதுபோல — எனக்கு ஒரு விஷயம் புரிஞ்சது...

(நிறுத்தி)

உடல்சூம்பிப் போன அவளை நான் வெறுத்தேன். எப்பவுமே நான் வெறுத்துவந்தேன். பிறப்பிலேயே அவள் எனக்கு எதிரி. அவள் எப்ப சாவாள்னுதான் நான் எதிர்பார்த்திருந்தேன்.

உருவம்: அவளுக்கும் அது ஆரம்பத்திலிருந்தே தெரிஞ்சிருக்கலாம்.

மஞ்சுளா: அதுதான்! அதுதான்! அந்தக் காரணத்துக்காகத்தான் என் வயிறே எரியுது. எனக்கே தெரியாமல், என் அந்தரங்கத்தை அவள் புரிஞ்சிகிட்டா. அதை ஒரு பயிற்சியாவே வேட்டைக் காரிக்குரிய நுட்பத்தோடு செஞ்சா. பொறாமையூட்டுகிற விதத்துல வர்ணிச்சிருந்தா. இந்த முறையும் அவள் கையே உயர்ந்திருந்தது.

(மௌனம்)

செத்துப் போனபிறகும், சிதைக்கு வெளியேயிருந்து மாலினி தூண்டிக்கொண்டே இருந்தாள். 'இந்த அழகான பிரதியை கிழிச்சிப் போடு. அக்கா, நெருப்புல போடு.' ஆனால்

அப்படி செஞ்சிருந்தா, என்னுடைய பார்வையிலேயே நான் மட்டமானவளா போயிருப்பேன். ரொம்ப தாழ்ந்து போயிருப்பேன் ...

உருவம்: அப்படி செய்யாம, நாவலை பிரசுரம் செய்துட்டா, அந்த அண்ணி யாருன்னு எல்லோருக்குமே தெரிஞ்சி போயிடும். உலகமே உன்னைப்பார்த்து சிரிப்பா சிரிக்கும்.

அதைவிட பெரிய துரதிருஷ்டம் என்னன்னு சொன்னா ஒரு அற்புத திறமைசாலியான எழுத்தாளருடைய வாழ்க்கையில் ஒரு நட்சத்திரப்புள்ளியோடு இணைந்து தொங்குகிற சாதாரணமான அடிக்குறிப்பாக இருந்து மறைந்து போயிருப்பாய் ...

மொத்தத்துல அவள் உன்னை ஆப்புக்குள்ளே சிக்கவச்சிட்டு போயிட்டா.

மஞ்சுளா: நான் வெற்றி பெற்றே ஆகவேண்டும். அதற்காகவே, அவள் கனவுலகூட நினைச்சிப் பார்த்திருக்காத அளவுக்கு ஒரு சூழ்ச்சியை செய்யவேண்டிய அவசியம் இருந்தது. ஒரே அடியில எல்லா தடைகளயும் உடைச்சி தள்ளிடணும்னு தோணியது. இல்லைன்னு சொன்னா, எனக்கு எதிர்காலமே இல்லை.

(நின்று)

இந்த முறை ஒரு விஷயம்தான் எனக்கு சாதகமாக இருந்தது. அவள் செத்தவள். நான் உயிரோடு இருப்பவள்.

(மௌனம். பிறகு அடங்கிய குரலில் தொடர்ந்து பேசுகிறாள்.)

நான் அந்த நாவலை என் பெயரில் வெளியிட்டுவிட்டேன். கடைசியில நானே ஜெயிச்சேன்!–

(உருவம் கைதட்டுகிறது. மஞ்சுளா தலைவணங்கி, அதன் வாழ்த்துகளை ஏற்றுக்கொள்கிறாள்.)

மஞ்சுளா: *(சிரித்தபடி)* கிளம்பலாமா?

உருவம்: *(கைதட்டுவதை நிறுத்தி)* யாருக்குத் தெரியும்? ஒருவேளை, அவளேகூட ஜெயிச்சவளா இருக்கலாம்?

மஞ்சுளா: அது எப்படி?

உருவம்: நீ எவ்வளவு அழுக்கானவள்ங்கறத உன் முகத்துல அடிக்கறமாதிரி நேருக்குநேரா உணர்த்துவதே, ஒருவேளை அவளுடைய நோக்கமா இருந்திருந்தால், அவளே முழு வெற்றி பெற்றவள்!

மஞ்சுளா: *(வெகுண்டெழுந்து)* இரு இரு, நான் யாருன்னு காட்டறேன் ஒனக்கு–

(திரையின் பின்பக்கம் ஓடி, அங்கே கேபிள் ஒயர்களிடையே தடுமாறுகிறாள்.)

உருவம்: ஏய்! ஏய்! என்ன செய்றே?

மஞ்சுளா: உன் கதையையே முடிச்சிடறேன். டிஸ்கனெக்ட் செஞ்சி உன்ன சுத்தமா அழிச்சிடறேன். நான் யாருன்னு காட்டறேன் ஒனக்கு, இரு–

(திரைக்குப் பின்னால் கேபிள் ஒயர்களைத் தேடி அவள் தடுமாறிக்கொண்டிருக்கும்போதே, உருவம் அவளுடைய

உடலின் மேல்பகுதியாகிவிட, அவளுடைய கை - உடல் - கால் உருவத்தின் கீழ்ப்பகுதியாகிவிட, எல்லாம் ஒருங்கிணைந்து புதிய உருவமாக தோற்றம் கொள்கிறது.)

உருவம்: நான் ஆங்கில நாவலாசிரியர் மாலினி நாயக். என் அக்கா கன்னடத்தின் சிறுகதை எழுத்தாளரான மஞ்சுளா நாயக். என் நாவலைப் படித்ததுமே அழிந்துபோய், நானாக புதிய அவதாரம் எடுத்தாள். ரத்தம், மை, மொழி என எங்களுக்கிடையிலிருந்த பேதங்கள் எல்லாம் மறைந்துபோக, *she was morphed into me.*

(மேடையின் பின்பகுதியில் வைக்கப்பட்டிருந்த டெலிவிஷன் திரைகளில் மஞ்சுளாவின் வெவ்வேறு முகங்கள் தோன்றுகின்றன. அவை எல்லாம் உரையாடத் தொடங்குகின்றன. அவற்றின் உதடுகள் அசைந்தாலும் ஓசை வெளிப்படுவதில்லை. முக்கியத் திரையில் காணப்படுகிற மாலினி உருவம் தன் உரையைத் தொடங்குகிறது.)

இனிமேல், நான் மஞ்சுளா நாயக்காக இருந்தபடியே என் வாழ்க்கையைத் தொடரவேண்டிய சூழலில் இருக்கிறேன். *After all, my passport, bank accounts, property and financial papers are all in that name.* அதுமட்டுமில்லாமல், ஏழு அமெரிக்கன் பல்கலைக்கழகங்கள் என்னை வருகைதரு பேராசிரியராக நியமிச்சிருக்குது. ஆனால் உண்மையைச் சொல்லவேண்டுமென்றால், நான் மாலினி நாயக் - திறமைசாலியான என் தங்கை, என் கணவனை நேசிச்சவள், கன்னடமொழியை நன்கு தெரிந்தவள், ஆங்கிலத்தில் ஒரு பெஸ்ட் ஸெல்லர் எழுதியவள் ...

(எல்லா உருவங்களும் ஒரே நேரத்தில் பேசத் தொடங்குகின்றன. சில கன்னடத்தில் பேசுகின்றன. எஞ்சியவை ஆங்கிலத்தில் பேசுகின்றன. எந்த உருவம் என்ன பேசுகிறது என்பது தெளிவாகத் தெரியாத அளவுக்கு ஒரே இரைச்சல். இப்படியே கொஞ்ச நேரம் நீடிக்கிறது. அதற்குப் பிறகு, ஒன்றையடுத்து ஒன்றாக உருவங்கள் switch off ஆகின்றன. மேடை இருளில் மூழ்குகிறது.)

• • •

சிதைந்த பிம்பம்

அன்பார்ந்த வாசகருக்கு,

வணக்கம்.

காலச்சுவடு நூலை வாங்கியமைக்கு நன்றி.

நூலின் உள்ளடக்கம், உருவாக்கம், அட்டைப்படம் இன்ன பிற அம்சங்கள் பற்றிய உங்கள் கருத்துகளையும் ஆலோசனைகளையும் காலச்சுவடு வரவேற்கிறது. தகவல், எழுத்து, வாக்கியப் பிழைகள் தென்பட்டால் கட்டாயம் தெரிவித்து உதவுங்கள். நூல் தயாரிப்பில் கடும் குறைபாடு இருப்பின் மாற்றுப் பிரதி உங்களுக்குக் கிடைக்கக் காலச்சுவடு ஏற்பாடு செய்யும்.

மின்னஞ்சல்: publisher@kalachuvadu.com

காலச்சுவடு நாகர்கோவில் தலைமையகத்துக்கும் கடிதம் அனுப்பலாம்.

தங்கள்
எஸ்.ஆர். சுந்தரம் (கண்ணன்)
பதிப்பாளர் – நிர்வாக இயக்குநர்

சிதைந்த பிம்பம்

கிரீஷ் கார்னாட் (1938 – 2019)

ஐம்பதாண்டுகளுக்கும் அதிகமாக நவீன கன்னட நாடக உலகில் ஊக்கத்துடன் இயங்கிவந்த ஆளுமை கிரீஷ் கார்னாட். வரலாறு, தொன்மம், சமூகம் எனப் பல்வேறு பின்னணிகள் சார்ந்து கன்னட மொழியில் பதினைந்துக்கும் மேற்பட்ட நாடகப்பிரதிகளை உருவாக்கியவர். அவை தமிழ், மலையாளம், இந்தி, மராத்தி, வங்காளம் எனப் பல மொழிகளில் மொழிபெயர்க்கப்பட்டிருக்கின்றன. இந்தியாவின் மிக முக்கியமான நாடக இயக்குநர்களான இப்ராஹிம் அல்காசி, பி.வி. காரந்த், பிரசன்னா, அரவிந்த கௌர், விஜய் மேத்தா, சியாமானந்த ஜலன், ஜாபர் மொகிதீன் போன்றவர்களால் கிரீஷ் கார்னாட்டின் நாடகங்கள் மேடையேற்றப்பட்டன.

இந்தியாவின் முக்கியமான இலக்கிய விருதுகளில் ஒன்றான ஞானபீட விருது 1998ஆம் ஆண்டில் கிரீஷ் கார்னாட்டுக்கு வழங்கப்பட்டது. பத்மஸ்ரீ, பத்மபூஷன் விருதுகளையும் பெற்றவர். தனித்துவம் வாய்ந்த தன் திறமையால் மிகச்சிறந்த திரைப்பட இயக்குநராகவும் குணச்சித்திர நடிகராகவும் கிரீஷ் கார்னாட் நாடறிந்த ஆளுமைகளில் ஒருவராக விளங்குகிறார்.

இவர் 10.06.2019 அன்று இயற்கை எய்தினார்.

பாவண்ணன் (பி. 1958)

மொழிபெயர்ப்பாளர்

நவீன தமிழ்ச்சிறுகதைப் படைப்பாளிகள் வரிசையில் முக்கியமானவர். இயற்பெயர் ப. பாஸ்கரன். பதினேழு சிறுகதைத் தொகுதிகளும் மூன்று நாவல்களும் இரு குறுநாவல்களும் மூன்று கவிதைத் தொகுதிகளும் இருபது கட்டுரைத்தொகுதிகளும் ஐந்து குழந்தைப்பாடல் தொகுதிகளும் சிறுவர் கதைத்தொகுதியொன்றும் இவருடைய சொந்தப் படைப்புகள். ஐந்து நாவல்கள், ஒன்பது நாடகங்கள், இரண்டு தலித் சுயசரிதைகள், ஒரு சிறுகதைத்தொகுதி, கன்னட தலித் எழுத்துகளைப் பற்றிய அறிமுக நூல், நவீன கன்னட இலக்கிய முயற்சிகளை அடையாளப்படுத்தும் இரண்டு தொகைநூல்கள் என எண்ணற்ற படைப்புகளைக் கன்னடத்திலிருந்து தமிழுக்கு மொழிபெயர்த்துள்ளார்.

1995இல் வெளிவந்த ‘பாய்மரக் கப்பல்’ நாவலுக்கு இலக்கியச் சிந்தனைப் பரிசும் ‘பயணம்’ என்னும் சிறுகதைக்கு 1996இல் கதா விருதும், ‘பருவம்’ என்னும் கன்னட நாவலை மொழிபெயர்த்தமைக்காக 2005இல் சாகித்திய அகாதெமி விருதும் பெற்றவர். 2018இல் இந்திய – அமெரிக்க வாசகர் வட்டம் வாழ்நாள் சாதனையாளர் விருதளித்துக் கௌரவித்தது.

மனைவி: அமுதா. மகன்: அம்ரிதா மயன் கார்க்கி.

மின்னஞ்சல்: paavannan@hotmail.com

கிரீஷ் கார்னாட்

சிதைந்த பிம்பம்

கன்னடத்திலிருந்து தமிழில்
பாவண்ணன்

காலச்சுவடு பதிப்பகம்

S. 4

சிதைந்த பிம்பம் ❖ நாடகம் ❖ ஆசிரியர்: கிரீஷ் கார்னாட் ❖ © சரஸ்வதி கணபதி ❖ கன்னடத்திலிருந்து தமிழில்: பாவண்ணன் ❖ மொழிபெயர்ப்பு © பாவண்ணன் ❖ முதல் (குறும்) பதிப்பு: டிசம்பர் 2018, இரண்டாம் (குறும்) பதிப்பு நவம்பர் 2019 ❖ வெளியீடு: காலச்சுவடு பப்ளிகேஷன்ஸ் (பி) லிட்., 669 கே.பி. சாலை, நாகர்கோவில் 629001

citainta pimpam ❖ Play ❖ Author: girish KarnaaT ❖ © Saraswathy Ganapathy ❖ Translated from Kannada by: Paavannan ❖ Translation © Paavannan ❖ Language: Tamil ❖ First (Short) Edition: December 2018, Second (Short) Edititon: November 2019 ❖ Size: Size: 14 x 15cm ❖ Paper: 18.6 kg maplitho ❖ Pages: 64

Published by Kalachuvadu Publications Pvt. Ltd., 669 K.P. Road, Nagercoil 629001, India ❖ Phone: 91-4652-278525 ❖ e-mail: publications @kalachuvadu.com ❖ Printed at Compuprint Premier Design House, Chennai 600086

ISBN: 978-93-86820-81-5

11/2019/S.No. 850, kcp 2458, 18.6 (2) rss